मनस्पंदन

मनाच्या स्पंदनांना शब्दात बांधायचा वेडा प्रयत्न

कविता कुळकर्णी

BookMyStory®

मनस्पंदन
मनाच्या स्पंदनांना शब्दात बांधायचा वेडा प्रयत्न
कविता कुळकर्णी

Published in 2025

© Published by

BookMyStory

It's time you tell your story

BookMyStory
Thane, 400615, India
info@bookmystorypublishing.com
www.bookmystorypublishing.com

ISBN: 978-93-49509-65-8 [Paperback / softback]

प्रस्तावना

१४ डिसेंबर १९७५ रोजी कविताचा जन्म झाला. तिच्या मामाच्या सांगण्यावरून तिचं नाव कविता ठेवलं गेलं, आणि आता मागे वळून पाहताना वाटतं — जणू नियतीनेच तिच्या आयुष्यात शब्दांचा हा सुंदर प्रवास ठरवून ठेवला होता.

लहानपणापासूनच तिच्यावर तिच्या आजीचे संस्कार झाले. कवितेचं बीज तिच्या मनात आजीमुळेच पेरलं गेलं असावं. नवनव्या गोष्टी शिकायची, अनुभव घ्यायची तिची ओढ कायमच तीव्र राहिली. जसजशी ती मोठी होत गेली, तसतशी अध्यात्माची गोडी तिच्या मनाला लागली. तिच्या "खेळ", "मोक्षाचं दार", आणि "कान्हा" अश्या काही कवितांमधून तिचा तो आध्यात्मिक पैलू सहज दिसून येतो.

त्याचवेळी "गम्मत" आणि "वटसावित्री" या कवितांमधून तिची खट्याळ, विनोदी बाजू आपल्याला भेटते. तर "स्त्री", "षंढपणाचा अंश" आणि "माणूस" यांसारख्या कवितांमधून समोर येते ती परखड, प्रश्न विचारणारी आणि अन्यायाविरुद्ध आवाज उठवणारी बंडखोर कवयित्री.

यंदा तिने पंढरपूरची संपूर्ण वारी पूर्ण केली. त्या अनुभवाचं तसेच तिच्या इतर प्रवासांचं जिवंत चित्रण तिने आपल्या कवितांमधून अप्रतिमरीत्या साकारलं आहे. "बांधवगड" या कवितेत तर तिला दिलेल्या असंबद्ध शब्दांवरही अर्थपूर्ण आणि सुंदर रचना घडवून सृजनशीलतेचा अनोखा नमुना सादर केला आहे.

अशा या तिच्या असंख्य भावस्पर्शी कवितांचा संग्रह "मनस्पंदन" या नावाने प्रकाशित होत आहे, याचा मला अत्यंत आनंद आहे. हा संग्रह म्हणजे तिच्या मनाच्या स्पंदनांचा — तिच्या भावना, विचार आणि अनुभूतींचा — वाचकांशी

साधलेला एक थेट आणि मनस्वी संवाद आहे. कवितेच्या शब्दांतून उमटलेले हे मनाचे स्पंदन वाचकांच्या मनातही नवी स्पंदनं निश्चितच निर्माण करतील.

तिच्या ह्या प्रवासाला माझ्या प्रेमळ शुभेच्छा !!!

- *नीला फडके*

****

कवयित्रीची ओळख

कविता...

जिच्या नावातच कविता आहे, तिच्याबद्दल काय लिहावं!

पहिल्यांदा तिला भेटलो तेव्हा तिचं निर्व्याज मन आणि पाणिदार डोळे माझ्या लक्षात राहिले. तिचं हसणंही तसंच — निर्मळ, मनाला थेट भिडणारं आणि सगळ्यांना आपलंसं वाटणारं. अल्लडपणा, अवखळ स्वभाव, प्रसंगी स्थिर वृत्ती आणि अध्यात्माकडे असलेला ओढा — या सगळ्यांचा सुंदर मिलाफ तिच्यात आहे.

सुरुवातीपासूनच मला जाणवलेली गोष्ट म्हणजे ती स्वतःपेक्षा दुसऱ्यांचा विचार करणारी आहे. प्रसंगी स्वतःला मागे ठेवूनही ती इतरांसाठी जगते — हेच तिचं मोठेपण. लहानपणापासूनच तिचा ओढा विविध कला प्रकारांकडे होता. कलेची जाण तिच्यात उपजतच आहे. वयाच्या केवळ दुसऱ्या वर्षापासून तिने भरतनाट्यम शिकायला सुरुवात केली आणि त्यात प्राविण्य मिळवलं. तसेच विविध चित्रकला स्पर्धांमध्येही ती वेळोवेळी पारितोषिकं मिळवत आली आहे.

तिचं कलासक्त मन घरभर जाणवतं — घरातील फर्निचर असो वा दिवाळीतली रांगोळी, तिच्या सर्जनशीलतेचा ठसा सर्वत्र दिसून येतो.

या सगळ्यांव्यतिरिक्त मला तिच्यात सर्वात आवडणारा गुण म्हणजे माणसं जोडून ठेवण्याची कला. दुसऱ्याला समजून घेणं, नातं टिकवणं — ही तिची खरी ताकद आहे. स्वतःशी पटणाऱ्या व्यक्तींशी नातं टिकवणं सोपं असतं, पण ज्यांच्याशी मतभेद असतात, त्यांनाही ती समजून घेते आणि नात्यात कटुता येऊ देत नाही. यातून तिचं हळवं, कोमल मन दिसून येतं.

माणसं "वाचायची" तिची कला विलक्षण आहे. वाचनाची आवडही प्रचंड — आणि तिच्या कवितांमधून ती स्पष्ट जाणवते. तिचे विचार, भावना आणि आयुष्याकडे पाहण्याचा तिचा दृष्टिकोन प्रत्येक कवितेतून प्रकट होतो. तिचं भावविश्व ती पूर्ण प्रामाणिकपणे शब्दात मांडते. अनेकदा ती असे प्रश्न विचारते, ज्याचा आपण विचारही करत नाही; आणि त्या प्रश्नांची उत्तरं शोधत स्वतःच्या आतपर्यंत प्रवास करते. जीवनाविषयी असलेलं तिचं तत्त्वज्ञान ती अत्यंत सहज आणि स्वाभाविकपणे सांगते.

तिच्या सर्व कविता आशयगर्भ आहेत आणि प्रत्येकाला विचार करायला भाग पाडतात. प्रेमकवितांमधून तिचं उत्कट, समरसून जगणारं मन दिसतं, तर काही कवितांमधून तिचे शांत, अर्थपूर्ण आणि अध्यात्मिक विचार उमटतात.

सुखी जीवन जगण्याचं तिला सापडलेलं रहस्य ती साधेपणाने सांगून जाते. तिची भाषा अतिशय सहज, सोपी आणि सुंदर आहे — कोणत्याही जड शब्दांचा दिखावा न करता ती रोजच्या बोलण्यातूनच आपल्याशी संवाद साधते. म्हणूनच तिच्या कविता आपल्यासारख्या प्रत्येकालाच आपल्या वाटतात.

तिच्या कुठल्याही एकाच कवितेला सर्वात आवडती म्हणणं कठीण आहे — कारण तिच्या प्रत्येक कवितेत काहीतरी अनोखं आहे. तुम्हा सर्व रसिकांनाही त्या नक्कीच भावतील.

"मनःस्पंदन" हे शीर्षक तिने स्वतःच्या कवितांना दिलं आहे — आणि ते शब्दशः सार्थ ठरवत तिचा हा प्रवास चालू आहे, तो पुढे असाच सुरू राहावा, हीच मनोकामना!

या वर्षी तिच्या आयुष्याला पन्नास वर्षं पूर्ण होत आहेत — तिचं गोल्डन जुबिली वर्ष. त्या निमित्ताने तिच्या आतापर्यंतच्या कवितांचा हा संग्रह प्रकाशित करण्याची कल्पना माझ्या मनात आली. ती प्रत्यक्षात आणता आली, याचा मला अतिशय आनंद आहे.

माझे मित्र — या पुस्तकाचे प्रकाशक श्री. रजनीश शिरसाट आणि त्यांच्या संपूर्ण टीमचे मी मनःपूर्वक आभार मानतो.

तसेच, या पुस्तकासाठी गुरु ठाकूर यांनी प्रस्तावना लिहून दिली, ही आमच्यासाठी अतिशय सन्मानाची बाब आहे. त्यांच्या शब्दांनी या पुस्तकाला एक वेगळी उंची मिळाली आहे. त्यांच्या व्यस्त वेळापत्रकातून त्यांनी दिलेला

अमूल्य वेळ आणि योगदानाबद्दल मी मनापासून धन्यवाद देतो.

गुरु ठाकूर यांचा अभिप्राय मिळवून देण्यात ज्यांनी मला मदत केली आणि ज्यांनी या प्रक्रियेत पाठबळ दिलं — त्या सर्वांचेही मनःपूर्वक आभार.

- हर्षद कुळकर्णी

****

वाचकाचे मनोगत

॥ मुखपृष्ठावरचा आरसा... ॥

नमस्कार!

म्हणजे बघा, प्रस्तावना म्हटलं की एक भारदस्त, चार भिंतीतलं औपचारिक बोलणं अपेक्षित असतं. पण कवितेचं घरच मुळी मोकळ्या हवेतलं. जिथे शब्द स्वतःहून पाऊस बनून कोसळतात किंवा मनातल्या मनात कुठल्यातरी अपेक्षेचं ओझं घेऊन हळूच दडून बसतात.

आणि म्हणूनच, 'कविता कुळकर्णी' यांच्या ह्या शब्दसंग्रहासाठी बोलताना, मला कुठलेही औपचारिक शब्द आठवत नाहीत, आठवते फक्त आपल्या रोजच्या जगण्यातली 'आपली गोष्ट'!

हातात पुस्तक घेणं, हा एक धाडसाचा क्षण असतो! विशेषतः जेव्हा ते कवितांचं पुस्तक असेल.

कारण, पुस्तकाच्या पानापानांत केवळ शब्द नसतात, तिथे असते एका माणसाची आयुष्यभरची साठवलेली तळमळ, त्याच्या काळजाचा कच्चा कोपरा, त्याची स्वप्नं, आणि अगदी त्याची न बोललेली एकांतिक हकीकत.

कविता कुळकर्णी यांचं हे काव्यविश्व समोर आलं, तेव्हा क्षणभर वाटलं... अरेच्चा! हा माणूस इतकं सगळं आतमध्ये ठेवून फिरत होता? त्यांची कविता वाचताना, मला सतत एक गोष्ट जाणवत राहिली – ती म्हणजे प्रामाणिकपणा! शब्दांची लबाडी नाही, भावनांचा देखावा नाही. आहे ते अगदी जसं आहे तसं मांडलेलं.

कविता कशा असाव्यात? तर, त्या थेट काळजाला भिडणाऱ्या असाव्यात!

डोक्यावरून जाणारे तत्त्वज्ञान, किंवा व्याकरणाचे फाजील नियम... कविता या सगळ्यांच्या पलीकडची गोष्ट आहे. ती आहे, मनातल्या गाभ्याला दिलेली एक खुळी वाट! आणि कविता कुळकर्णी यांनी नेमकी ती वाट शोधली आहे.

त्यांच्या या कविता म्हणजे आरसा आहेत. तुम्ही वाचायला सुरुवात कराल, तेव्हा तुम्हाला एक वेगळं जग दिसेल, पण जसजसे आत शिराल, तसतसा तुम्हाला स्वतःचाच चेहरा त्या आरशात अधिक स्पष्ट दिसेल!

कवी म्हणून कवयित्रीचा कॅनव्हास किती मोठा असतो, हे या पुस्तकात सहज दिसतं. हे फक्त कवितांचं पुस्तक नाही, तर आपल्या सगळ्यांच्या आत चाललेला एक बिनधास्त संवाद आहे.

पहिल्यांदा आपण भेटतो ते आपल्या 'मन' नावाच्या वेड्या मित्राला. 'मनःशांती' मध्ये त्यांनी ह्याला अगदी गाठून विचारलंय, "किती धावतोस रे बाबा? प्रकाशवेगालाही लाजवेल अशी तुझी गती!" आणि उत्तर मिळालंय, "अरे वेडे, मी तर स्थिरच आहे, तुझे विचारच मला बनवतात अस्थिर!" किती सोप्पं आणि किती खरं! नुसत्या विचारांना विश्रांती दिली की, मनःशांती सहज मिळते... हे ठासून सांगणं म्हणजे आजच्या धावपळीला दिलेला एक सुंदर ब्रेक आहे.

याच विचारांच्या गर्दीतून मग डोकं वर काढतात त्या आपल्या सख्ख्या शेजारीण – 'अपेक्षा'!

या कवितेनं अगदी नात्या-नात्याची, व्यवहारा-व्यवहाराची पट्टीच लावली आहे. आई-बाबांकडून हट्ट पुरवण्याची असो, किंवा बायकोकडून सर्व-समर्पणाची! आपण सगळे ह्याच अपेक्षांच्या गराड्यात फिरतो. अपेक्षापूर्ती झाली तर आनंद, नाहीतर दुःख! या दुष्टचक्रातून बाहेर पडण्यासाठी, कृष्णाने सांगितलेला 'निरपेक्ष जगण्याचा मंत्र' किती महत्त्वाचा आहे, याची आठवण ही कविता करून देते. एकदम थेट भिडणारी आणि विचार करायला लावणारी!

आणि हो! जिथे अपेक्षांची गर्दी संपते, तिथे सुरू होतो तो... बिनशर्त प्रेमाचा प्रवास!

कवयित्रीने हा प्रवास मोठ्या सुंदरपणे रेखाटला आहे.

'चल ना जरा पावसात जाऊ'... ही कविता वाचताना, मनात एक धुंद गुलाबी गारवा निर्माण होतो. या सगळ्या धावपळीतून एकाच छत्रीखाली भिजण्याची ओढ, आठवणींचा थेंब ओंजळीत भरणं... 'तुझं, माझं असण्याचा' जो सुखद आनंद आहे, तो कवयित्रीने दोन ओळीत पॅक करून दिलाय!

पण सर्वात खास म्हणजे, आजच्या पिढीच्या प्रेम-प्रवासाची गोष्ट सांगणारी 'होकार'!

पांढरी गाडी, लायब्ररीबाहेरची उत्सुकता, CA-ICWAचा निकाल आणि 'देवाज्' रेस्टॉरंटमधली पहिली भेट! आजच्या प्रेम-कथेचा हा अगदी 'फर्स्ट हँड रिपोर्ट' आहे. मनातली धाकधूक, समोरच्याचा अबोल स्वभाव भावून जाणं आणि शेवटी 'तो काही न विचारताच' होकार देऊन मोकळं होणं... ही तर फक्त एका मुलीची नाही, तर आजच्या प्रत्येक प्रेमळ मनाची गोष्ट आहे.

नवीन वर्ष असो, आयुष्याच्या संध्याकाळचा हळवा किनारा असो, मैत्री, स्वप्नं, नात्यांचा देखावा आणि आशावाद असो, किंवा वटसावित्रीच्या व्रताला प्रश्न विचारण्याची हिम्मत असो... या सगळ्या कविता वाचकाला सोबत घेऊन फिरतात. हा अनुभव केवळ वाचण्याचा नाही, तर स्वतःच्या मनातल्या खोल तळात डोकावण्याचा आहे.

एकूण काय, तर ह्या कविता म्हणजे आयुष्याच्या अनेक ऋतूंमधून केलेला एक मस्त प्रवास आहे. तो प्रवास 'कविता कुळकर्णी' यांच्या शब्दांतून अनुभवण्यासारखा आहे.

तर मग, हे पुस्तक उघडा... आणि ह्या प्रवासाला लागा!

कवयित्रीला यापुढे लिहायला खूप ऊर्जा मिळो, आणि त्यांचे शब्द असेच मुक्तपणे जगण्याचे गाणे गात राहोत, हीच मनोकामना!

पुस्तकाला माझ्याकडून खूप खूप शुभेच्छा! वाचा, जगा आणि पुन्हा एकदा प्रेमात पडा!

या संग्रहाला मनःपूर्वक शुभेच्छा!

– तुमचाच एक रसिक,

गौरव खानोलकर

अनुक्रमणिका

मला कधी कविता सुचेल असं स्वप्नातही न वाटणारी मी, कोविड काळात घरीच रहायला पर्याय नसल्याने एकदा अशीच खिडकीत बसून विचारांच्या गर्तेत हरवले होते. त्यावेळी अचानक वावटळ सुरू झाली, पालापाचोळा उडू लागला अन् अचानक पाऊसही आला. हे सर्व जसं चालू झालं तसंच थोड्याच वेळात बंदही झालं. तेव्हा मला स्फुरलेली ही पहिली वहिली कविता... मनाची स्पंदनं असंख्य वेळा अनुभवली होती पण या मनाच्या स्पंदनांना कागदावर उतरवण्याचा माझा हा प्रयत्न, ह्या कवितेपासून सुरू झाला.....

वादळ

उन्हाच्या झळा वर घामाच्या धारा
ह्या सगळ्यानी शरीर व मन पोळलं,
आणि परवा अवेळी-अचानक आलेल्या वादळात
आभाळ मुक्तपणे कोसळलं,
खिडकीत बसून बघितली मी कोसळणाऱ्या धारांची
मातीवर उमटणारी नक्षी,
पण हुरहुरत्या माझ्या मनात मात्र
असंख्य आठवणींचे पक्षी,
भणाणणाऱ्या वाऱ्यानी धूसर झाल्या वाटा,
पाझरणाऱ्या डोळ्यात तरीही तृप्तीच्या अनावर लाटा,
आता वादळही शमलं आपली खूण मागे ठेवून पालापाचोळ्यात,
आणि आठवणीही शिरल्या परत एकदा मनाच्या गाभाऱ्यात,
पुन्हा पुन्हा अश्या अवेळी-अचानक येणाऱ्या वादळाची वाट पहात....

आयुष्य

आयुष्याच्या वाटेवर माणसं भेटतात अगणित,
पण सगळ्यांशी जुळतच असं नाही आपलं गणित,
काही असतात जन्मानी बांधलेली,
काही असतात कर्मानी मांडलेली,
तर काही मनानी सांधलेली ...
जन्मानी बांधलेली मोडू म्हणून मोडता येत नाहीत,
कर्मानी मांडलेली सोडू म्हणून सोडता येत नाहीत,
आणि मनानी सांधलेली तर तुटता तुटत नाहीत,
नात्यांची ही गुंफण आपण तोडायचीच नसते,
कारण आयुष्याची वीण त्यावरच बेतलेली असते
कसं कुठे जमवून घ्यायचं हे ज्याचं त्याने ठरवायचं,
जराशी वीण उसवली तरी लगेच रफू करायचं
ज्यांना हे जमलं त्यांनाच कळली जगण्यातली मजा,
ज्यांना नाही त्यांचं आयुष्य म्हणजे आमरण सजा

भूतकाळ

भूतकाळात जगू नका, भविष्याकडे पहा असं कितीही जरी म्हटलं तरी ते कुठे जमतयं!

भविष्याकडे डोळे लावणारं माझं मन मात्र तिथेच रमतयं

भविष्य असेल उज्वल,

कदाचित वर्तमानातही असेल कुठलातरी सल,

पण माझ्या मनाचा मात्र भूतकाळाकडेच कल

हेही खरं, की माणूस उद्याच्या आशेवर जगतो,

पण भूतकाळातल्या आठवणींवरच तर तो तगतो

अहो, भूतकाळच नसेल तर वर्तमान काय घडवणार भविष्य,

जरा विचार करा किती निरस होईल आपलं आयुष्य

आणि जेव्हा होईल आयुष्यची संध्याकाळ,

तेव्हा काय करणार भविष्यकाळ

मग भूतकाळच येईल मदतीला,

घेऊन सगळ्या आठवणी दिमतीला

बहारदार आठवणींनीच येईल सांजवेळी रंगत,

बघा, भूतकाळच देईल आपली शेवटपर्यंत संगत

एक मात्र सांगते, भविष्याशी माझी मुळीच नाही फारकत,

पण मधून मधून मनाला भूतकाळात पाठवायला कुणाचीच नसावी हरकत

ती दोघं

त्या दोघांचे सुर कधी कुठे जुळले ते कळलंच नाही,
मनाला कितीही जरी वळवलं तरी ते वळलंच नाही
तो फेसाळणाऱ्या लाटांची गाज,
ती सप्तसुरांचा साज
तो धीर-गंभीर सागर,
ती लुकलुणाऱ्या चांदण्यांचे आगर
तो कधी तळपत्या सूर्यासारखा दाहक,
ती तेव्हा गर्द सावलीसारखी मोहक
तो उंचीवरून पडणाऱ्या प्रपाताचा आवेग,
ती उधळणाऱ्या वारूला घातलेल्या लगामाचा वेग
तो डोंगर-दऱ्यांतून घुमणारा वारा,
ती शांत आणि स्थिर धरा
दोघं जसे नदीचे दोन तीर, न मिळणारे,
पण आयुष्यभर एकमेकांसोबत चालणारे
त्यांचं असं सगळ वेगळचं,
तरीही एकमेकांवाचून अडणंही आगळचं
ह्या नात्याचे बंधच जगावेगळे,
जरी ते कुणालाही ना कळे
त्यांच्यातल्या ह्या नात्याचं नाव तरी कशाला विचारायचं,
फक्त त्यांच्यासारखं नातं निभावायला मात्र शिकायचं

देव

देव देव म्हणतात तो कुठे असतो?
माहीत आहे का कुणाला, तो खरा कसा दिसतो?
लहानपणापासून बघितलयं
गणपतीचं मोठ्ठं पोट आणि लांब सोंड,
अन् ब्रम्हाला दुसरंच नाही तर तिसरंही तोंड
लक्ष्मीला असतात हात चार,
विष्णु घेतो युगानुयुगे अवतारच फार
प्रत्येक अवतारात अधर्माला शासन,
एरवी शेषनाग हेच त्याचं आसन !
शंकराची तर गोष्टच फार निराळी,
क्वचित मूर्ती तर बरेचदा शिवलिंग राऊळी
हलाहल पिऊन तो निलकंठ झाला,
जटाधारी केसात गंगा तर गळयात नागाची माला
त्याच्या तिसऱ्या डोळ्याची आग,
करेल सगळे विश्वच बेचिराख !
कालीमातेचेही वटारलेले डोळे नि रक्तरंजित जिव्हा,
भल्या भल्या राक्षसांचीही बोबडी वळे तेव्हा
विठ्ठल इतका कसा काळा?,
तरीही भक्तांना त्याचाच इतका लळा
का असतात अशी देवीदेवतांची रूपं विचित्र?
त्यांच्या कहाण्याही आहेत आगळ्या आणि सचित्र
पण आता कळायला लागलयं सावकाश,

माणसांच्या विचारानुरूप देव घेतो आकार यथावकाश
नास्तिकांचाही देव असतो म्हणे 'कर्म',
हेच तर खरं साऱ्या गोष्टींचं मर्म
ज्याला जसं वाटेल तसं त्याने घ्यावं,
अगदीच नसेल पटत तर सोडून द्यावं
शेवटी देव म्हणजे चराचरातली एकच शक्ती,
प्रत्येकाने ठेवावी त्या शक्तीवरच गाढ भक्ती
कारण त्याशिवाय ......
त्याशिवाय मिळणारच नाही मुक्ती ....

कसं सांगू मी तुला

कसं सांगू मी तुला,किती आवडतेस तू मला
जळी स्थळी काष्ठी पाषाणी तूच दिसतेस,
जेव्हा मी होतो उदास तेव्हाही समोर तूच उभी असतेस
रात्र रात्र मला तू जागवतेस,
स्वप्नांमधूनही मला तूच खुणावतेस,
आणि जाग येताच पहिल्या क्षणीही तूच स्मरतेस
तुझं हसणं जणू पावसाची सर,
चिंब भिजून घेतो मी त्यात मनभर
तुझं बोलणं जसं गाभाऱ्यातल्या घंटेचा नाद,
माझ्या मनाला सतत घालत रहातो साद
तुझ्या एका नजरेतही सामावलेल्या असतात कीती ह्या भावना,
असं व्यक्त होणं तुला कसं जमतं .. एकदा सांग ना
तुझं बोलणं, हसणं, रूसणं, रागावणं सगळच कसं लुभावणारं,
तू जे काही करतेस ना ते सारं मनाला भावणारं
तू समोर नसलीस की हे सगळं काही आठवतं,
आणि तू समोर असलीस की मन माझं ह्या आठवणी नकळत साठवतं
कधी लागते तुला भेटण्याची ओढ अनावर,
पण कसातरी घालतो मी माझ्या भावनांना आवर
मग ठरवतो मी, भेटून तुला सांगायचं सगळं काही,
पण तू भेटलीस की शब्द देतात धोका आणि माझाच मी उरत नाही

पुनर्जन्म

आज असेल जरी काळरात्र तरी नक्कीच होईल कधीतरी पहाट

जरा उघडे ठेऊया आपले नेत्र लवकरच हेईल उषेचा लखलखाट

आज मन झाले जरी उदास तरी त्यावर करून मात

ढळू द्यायचा नाही विश्वास एकमेकांना देऊन साथ

आज नसेलही काही आपल्या हातात तरीही हरायचं मात्र नाही

उद्या होईल नव्याने रूजवात आता मागे सरायचं मात्र नाही

आत्ता फक्त लढायचं हे ही दिवस जातील

जमेल तितकं धडपडायचं तरच नवीन क्षण येतील

आणि लढता लढता आलंच जरी मरण तर हसत त्याच्या हातात आपला हात देऊ

आणि पुन्हा नव्याने जगण्यासाठी फिरून एकदा इथेच येऊ

जमाखर्च

एक दिवस अचानक आलं मनात,
बघूया तरी काय बाकी आहे आयुष्याच्या जमा-खर्चात
म्हटलं एक वही घेऊन येऊ,
सगळं पटापट त्यात टिपून ठेऊ
लगेच नवीन वही आणली देखणी,
मूहूर्त पाहून बसले सरसावून लेखणी
पहिला प्रश्न समोर उभा ठाकला,
जन्म असेल जमा की खर्चच आपला?
मग म्हटलं की इथेच तर आयुष्य सुरू झालं,
म्हणून लगेच जमेच्या बाजूत लिहून टाकलं
मग हळूहळू सगे-सोयरे, मित्र-मैत्रीणी यांची झाली बेरीज,
जमा-खर्च पूर्णच होत नाही ना त्यांच्या खेरीज
मग झाला गुणाकार वाढदिवस, सणवार अश्या आनंदी क्षणांचा,
पण अजूनही भाग रिकामाच होता खर्चाचा
आता पाहून जमा किती साठली,
खर्चाची बाजू अगदीच केविलवाणी वाटली
मग आली लग्नाची पाळी,
ह्यात सुद्धा मन जमेचीच बाजू सांभाळी

नंतर मुलांचे जन्म, त्यांचं यश, नवऱ्याचं प्रमोशन अश्या बऱ्याच गोष्टी जमेस धरून,

काही गोष्टी मी पार ठेवल्या बाजूला सारून

हे लक्षात आल्यावर मात्र लिहायला घेतल्या बाबी खर्चाच्या,

तेव्हा कळलं जमेत धरलेल्या बऱ्याच गोष्टी आहेत वरवरच्या

त्यासाठी घेतलेले कष्ट, झालेली ओढाताण, मानसिक थकवा असंच बरचसं काही,

मी खर्चात अजूनही मांडलेलंच नाही

घरच्यांची आजारपणं, स्वकीयांचे मृत्यू,

भांडण-तंटे ह्यांनी गाठली जशी नेत्रांची कड,

तसे खर्चाचे पारडे झाले भलतेच जड

मग आली हिशोबाची वेळ,

जुळतच नव्हता जमा-खर्चाचा ताळमेळ

अचानक डोक्यात पडला लख्ख् प्रकाश,

निरभ्र नितळ झाले मनाचे आकाश

आयुष्याच्या हिशोबात बऱ्याच गोष्टी लागतात

नुसते जमा-खर्च लिहून पुरत नाही,

आणि कितीही असली जमा वा कितीही झाला खर्च तरी बाकी काहीच उरत नाही

ऐक ना जरा मला काय म्हणायचंय

ऐक ना जरा मला काय म्हणायचंय,

आत्तापर्यंत बरंच केलं, पण अजून खूप काही करायचंय

एकदा तरी मला हिमालयात जायचंय,

त्याचं भव्यपण डोळे भरून पहायचंय,

त्याचा उत्तुंगपणा मनाशी साठवून मला पुन्हा स्वत:ला अनुभवायचंय

ऐक ना जरा मला काय म्हणायचंय,

एकदा तरी मला आकाशात उडायचंय,

स्वच्छंदी-स्वैर विचारांनी तिथे बागडायचंय,

त्याची निर्मळता मनात गाठवून मला पुन्हा स्वत:ला

मुक्त करायचंय

ऐक ना जरा मला काय म्हणायचंय,

एकदा तरी मला समुद्राच अंतरंग मोजायचंय,

त्याच्या नितळ विश्वात स्वत:ला शोधायचंय,

ती अफाट क्षमता अंगी बाणवून मला स्वत:ला पुन्हा जोखायचंय

ऐक ना जरा मला काय म्हणायचंय,

एकदा तरी मला रानोमाळ भटकायचंय,

तिथल्या निसर्गात मनसोक्त हरवायचंय,

त्याच्या सृजनशीलतेमधून मला पुन्हा स्वत:ला घडवायचंय

ऐक ना जरा मला काय म्हणायचंय,
एकदा तरी मला मुसळधार पावसात चिंब भिजायचंय,
एक छोटा थेंब होऊन धारांमध्ये मिसळायचंय
मातीचा गंध उरात भरून घेऊन मला पुन्हा मेघ बनायचंय
ऐक ना जरा मला काय म्हणायचंय,
एकदा तरी मला लहान व्हायचंय,
मुलांत मूल होऊन आनंदात न्हायचंय,
त्यांच्या निरागसतेच्या प्रतिबिंबात मला पुन्हा स्वत:ला पहायचंय
मरण कोणाला चुकलंय,
येणारा प्रत्येक जीव जाणार हे तर आधीच ठरलंय
म्हणूनच म्हणते ऐक ना जरा मला काय म्हणायचंय,
एकदा तरी मला थोडंसं जगायचंय
एकदा तरी मला थोडंसं जगायचंय

पन्नाशी

ध्यानीमनी नसता अचानक ती भेटली
दुरूनच पाहिलं मी, पण तशी बरी वाटली
भेटायची मग मला कधीतरी कुणाकुणाकडे
पण कधी पाहिलेच नव्हते मी नीट तिच्याकडे
माझ्यापासून कायम दूरच रहायची
लांबूनच पण जराशी हसून पहायची
मी असायचो माझ्यातच मग्न, मित्रमंडळी सतत अवती-भवती
त्यामुळे ह्यापेक्षा जास्त तिची दखल घेण्याची मला गरजच नव्हती
दुरूनही नजर मात्र तिची असायची आश्वस्त
तरी आत कुठेतरी जरासा व्हायचो मी अस्वस्थ
कधीच करायची नाही ती कोणाची निंदा-नालस्ती
पण वाटायचं तरूणाईला सोडून म्हाताऱ्यांशीच कशी हिची दोस्ती?
अलीकडेच मला ती अगदी जवळून दिसली
नवल म्हणजे, एखाद्या कवितेतल्या परीसारखी सुंदर भासली
म्हणाली लवकरच येइन तुझ्या दारी
मनातली किल्मिषं आता दूर कर सारी
तू समजतोस तशी मी नाहीच मुळी
तरूणाई माझ्यासोबत नाही ही कल्पनाच खुळी
एकदा स्वतःच स्वतःला विचारून पहा
मग मात्र म्हणशील मला इथेच रहा
बाहू पसरून मोकळ्या मनानी कर माझं स्वागत
खरंच सांगते, मला दुसरं काही नाही लागत

अरे वेड्या, अल्लड तरूणाई कुठेच नाही जात
ती असते माझ्याच बरोबर दिन-रात
फक्त तिला शिकवते मी थोडीशी रितभात
म्हणाली, वर्षभर तुझ्याकडे आनंदाने राहीन
आणि तू म्हणालास तर तरूणाईला कायम तुझ्याकडेच सोडून जाईन
भलतीच आवडली मला तिची ही अदा
मनापासून झालो मी तिच्यावर एकदम फिदा
माझं हसणं पाहून मनापासून सुखावली मग
म्हणाली असंच हसत राहून उदंड आयुष्य जग
आणि आज ती खरंच आली अगदी माझ्या दाराशी
ओळखलंत ना? हीच ती माझी प्रिय सखी पन्नाशी

पाऊस

बघ ना कसा हा बेभान पाऊस
म्हणाला आज तू कुठेही नको ना जाऊस
अशीच बस आणि मला बघत रहा सर्व भान विसरून
म्हटलं बर बाबा नाही जात कुठेही तुला दुखवून
मी असं म्हणताच खूप आनंद झाला त्याला
आणि या आनंदात तो बेभानपणे कोसळायचंच विसरला

किनारा

इथे लाटांचा चालू असतो अखंड खेळ,
तरी प्रत्येकाची असते वेगळी लाट
सगळेच धावत असतात, कुणालाच नसतो वेळ,
इथे प्रत्येकाचीच असते वेगळी वाट
कुणी धडपडत असतात अहोरात्र,
उंच लाटेवर स्वार होण्यासाठी
कुणी तडफडत असतात होऊन गलितगात्र,
फक्त स्वतःचं अस्तित्व टिकवण्यासाठी
कुणाला फेसाळत्या लाटांचीच धुंदी,
तर कुणी त्या लाटांमध्येच जायबंदी
कुणी आलेली लाट परतवण्यात मग्न,
तर कुणी परत परत येणाऱ्या लाटांमुळे उद्वीग्न
पण ह्या लाटांच्या खेळात किनारा कधीच नसतो,
तो आपला शांत राहून आपली वाट बघत असतो
कोण कधी किनाऱ्याला लागेल हे आपल्या हातात मुळीच नसतं,
आपण मात्र लाटांच्या ह्या खेळात सामील व्हायचंच असतं
सगळेच धडपडतात, कधीतरी या खेळात जिंकण्यासाठी,
पण प्रत्येकाचा इथे आहे वेगळा सहारा
आणि
सगळे तरंगतात, कधीतरी किनाऱ्यावर पोहोचण्यासाठी,
पण प्रत्येकाचा मात्र इथे आहे वेगळा किनारा ...

मन

'मन' म्हटलं तर एक शब्द अगदीच छोटा
पण माणसाच्या आयुष्यात मात्र ह्याचा सिंहाचा वाटा
लहान मुलाला सुद्धा काहीतरी 'वाटतं' असतं
त्याच्या ह्या 'वाटण्यात' तेव्हापासूनच काहीतरी साठत असतं
हे 'वाटणं' म्हणजेच 'मन' असेल का?
आणि असलं तर कधीतरी ते जगाला दिसेल का?
पण मन कधीच दिसत नाही तेच बरं आहे
आणि कितीही नाकारलं तरी हेच खरं आहे
कारण ह्या मनाचे असतात असंख्य कंगोरे
त्यात अगणित भाव-भावनांचे एकमेकांत गुंतलेले धागेदोरे
अगदी ज्या गोष्टी आपण लपवतो स्वत: पासून
त्याही कधीच लपत नाहीत स्वत: च्या मनापासून
किती सहजपणे करतो आपण त्याच्याकडे दुर्लक्ष
तयार करतो आपणच आपल्या मनाचे वेगवेगळे कक्ष
ह्या कक्षात पार तळाशी असतात दडपलेल्या संवेदनांचे तरंग
मध्येच अचानक ढवळून काढतात ते मनाचे पूर्ण अंतरंग
आणि जाणिव करून देतात ते आपल्यालाच आपल्या मनाची
आणि त्यात असलेल्या असंख्य छोट्या-मोठ्या गोष्टींची
चालू होतो मग स्वत: चा स्वत:च्या मनाशी झगडा
कारण नीती-नियम, रीत-भात यांचा स्वत: वर असतो घट्ट पगडा
मग सुरू होते मनावर ताबा मिळवायची असफल धडपड

त्यातूनच बिचाऱ्या मनाची होते बरीच पडझड
ह्या पडझडी नंतर आपणही उभे राहतो दिमाखात
पुन्हा एकदा सारं काही मनाआडच सारून
मनही मग कसं शांतवत जातं, घेऊन सर्व पोटात
पुन्हा एकदा स्वत:चं अखंड अस्तित्व सिद्ध करून

होकार

जेव्हा माझ्या मागे मागे यायचास
तेव्हा नीट बघितलंही नव्हतं तुला
काळ्या काचा असलेल्या पांढऱ्या गाडीतून जायचास
पण हा कोण आहे हे कुतूहल मात्र होतं मला
मग एक दिवस तू समोर आलास अचानक
आणि कळलं की त्या गाडीचा हाच तो मालक
खरं सांगते त्या क्षणाला एकच आलं मनात
हाच असेल का खरंच आपल्या नशीबात?
पण लगेच तो विचार टाकला झटकून
तरीही तू सतत दिसायचास लायब्ररी बाहेर हटकून
मनात म्हणायचे असेल खरंच फिदा स्वारी
तर येईलच भेटायला माझ्या दारी
दरम्यान तुझ्याबद्दल माहिती बरीच कळली
जरी तुझी पावलं इथे नाही वळली
ICWA आणि CA पटपट पार
म्हणजे मुलगा आहे बऱ्यापैकी हुशार
असतो सदा मित्रांच्या गराड्यात
म्हणजे माणसं जोडण्याची कला आहे तुझ्याही पारड्यात
असे बरेचसे ठोकताळे बांधून, येऊन माझ्या घरी
मनोज अन् दिपाली नी केली तुझी तरफदारी
म्हणाले, दिसायलाही मुलगा तसा चांगला दिसतो
बघ बाई आता तुला तो कसा वाटतो
म्हटलं आधी येऊ तर देत माझ्याशी बोलायला

मग हरकत नाही त्याला तराजूत तोलायला
एक दिवस मनोज नेहमीप्रमाणे आला
अचानक म्हणाला आज भेटूनच आलो त्याला
तसं बिचारा उगीचच फिरत नाहीये तुझ्या पाठी
पण फक्त थांबला होता जरा CA च्या रिझल्ट साठी
आणि आज त्याला नुसताच नाही हा भेटलो
तर तुझ्याबरोबर त्याच्या भेटीची वेळ व जागा पण ठरवूनच आलो
आठवते तुला आपली पहिली भेट
पाचपाखाडीच्या 'देवाज्' रेस्टॉरंटमध्ये गेलो होतो थेट
पहिल्याच भेटीत तसा आवडलास तू मला
पण कळत नव्हतं काय ऊत्तर देऊ तुला?
स्वभाव नक्की कसा असेल ही धाकधूक होती मनात
पण, पटकन नाही म्हणू नकोस हा मंत्र घुमत होता कानात
त्या दिवशी बरच काही आपण एकमेकांबद्दल घेतलं जाणून
तेव्हाच कळलं मी बडबडी आणि तू जरासा अबोल आहेस म्हणून
ह्या अबोलपणातूनही उमगत गेला तुझा साधा सरळ स्वभाव
खरं तर त्यानेच घेतला माझ्या मनाचा ठाव
भेटीची वेळ जशी संपत आली
तशी मनाला हुरहुर लागली
मी हो म्हणीन ह्याची खात्री होती तुला
बहुतेक म्हणूनच मुळ प्रश्न विचारलाच नव्हतास तू मला
मी आपली त्या एका प्रश्नाची वाट बघत राहीले
आणि शेवटी तू काही न विचारताच तुला 'होकार' देऊन बसले

अपेक्षा

शत्रुकडून शत्रुत्वाची अपेक्षा
मित्र-मैत्रिणींकडून मैत्रीची अपेक्षा
प्रियकराकडून ईमोशनल बॉन्डींगची अपेक्षा
प्रेयसीकडून एकनिष्ठतेची अपेक्षा
बॉसकडून प्रमोशनची अपेक्षा
एम्प्लॉई कडून सतत काम करायची अपेक्षा
शेजाऱ्यापाजाऱ्यांकडून मदतीची अपेक्षा
नातेवाईकांकडून चांगलं वागण्याची अपेक्षा
बहिणी कडून समजूतदारपणाची अपेक्षा
भावाकडून पाठराखण करण्याची अपेक्षा
नवऱ्याकडून आधाराची अपेक्षा
बायकोकडून सर्व समर्पणाची अपेक्षा
आई-बाबांकडून हट्ट पुरवण्याची अपेक्षा
मुलांकडून म्हातारपणाच्या काठीची अपेक्षा
किती अपेक्षा ठेवतो आपण प्रत्येकाकडून
माझ्या काहीही अपेक्षा नाहीत असं जरी म्हटलं
तरी त्या असतातच बसलेल्या आपल्या मनात दडून
प्रत्येक नात्याला अशी पुसटशी अपेक्षांची किनार
किनार जराशी उसवली तर नाती नाहीच ना टिकणार

खरं तर मूल जेव्हा लहान असतं
तेव्हा अपेक्षा म्हणजे काय हे त्याला माहीतही नसतं
पण जसं लागतं कळायला
तसं ते ही लागतं या अपेक्षांचं ओझं बाळगायला
अगदी आपण स्वत:च स्वत:ला अडकवतो या अपेक्षांच्या गराड्यात
आणि मग आपणच तोलतो आपल्यालाच त्यांच्या पारड्यात
झालीच जर अपेक्षापूर्ती
तर आमच्यासारखे आम्हीच ऊत्सवमूर्ती
पण अपेक्षाभंग आलाच आपल्या माथी
तर दुख:शिवाय काहीही लागत नाही हाती
सगळी सुख-दुख: आपली ह्या अपेक्षांवर अवलंबून
आपणही बिनधास्त जगतो त्यावरच विसंबून
कृष्णानी जरी वागण्यातून दिलाय निरपेक्ष जगण्याचा मंत्र
तरी जमत नाही अजूनही आपल्याला त्याच्यासारखं हे तंत्र
कसं जमणार?
त्याला तर कधीच टाकलाय आपण देवांच्या यादीत बसवून
पण आता वाटतंय , एकदा निरपेक्ष जगण्याचा प्रयत्न तरी पाहू करून

पाऊस

एक पाऊस बाहेर, मुसळधार
एक माझ्या मनात
माहीत आहे तू नाही येणार
तरीही बसलेय मी तुझीच वाट पहात
पावसाच्या रंगात न्हाऊन
एकदा तरी ये
मला मिठीत घेऊन
तुझं माझ्यावरचं प्रेम दाखवून दे
बरसणाऱ्या किती धारा पाहू मी
एकटीच अशी खिडकीत बसून
एकदा तरी साद घाल तू
मला तुझ्या हृदयामधून

चल ना जरा पावसात जाऊ!!

चल ना जरा पावसात जाऊ
एकाच छत्रीतून मस्त फिरून येऊ
पावसाच्या अविरत धारा आणि खोडकर वारा
उठवतील हवाहवासा शहारा
तो शहारा अंगभर घेऊ
चल ना जरा पावसात जाऊ
छत्रीवरून ओघळणारं पाणी
जाग्या करेल अनेक आठवणी
त्यांचा एकएक थेंब ओंजळीत भरून घेऊ
चल ना जरा पावसात जाऊ
तुझा ओला स्पर्श नि धुंद गुलाबी गारवा
नजरेत अगणित भाव पण ओठी मात्र मारवा
ते क्षण हृदयात साठवून ठेऊ
चल ना जरा पावसात जाऊ
पावसालाही मग वाटेल हेवा आपलं असं तनामनानी भिजण्याचा
देऊन जाईल तो एक सुखद आनंद .. तुझं, माझं असण्याचा
त्या आनंदात नखशिखांत न्हाऊ
चल ना जरा पावसात जाऊ
चल ना जरा पावसात जाऊ

मन:शांती

कधी कधी हे मन माझं मुळी ऐकतच नाही
कितीही याला समजावलं तरी ते शांत काही होत नाही
कधी असतं एकदम शहाणं
मलाच शिकवतं परिस्थितीनुसार वागणं
तर कधी अगदीच वेडं
सुटता सुटत नाही मग त्याला कुठलच कोडं
कधी नको इतक सरळ वागतं
तर कधी कुठल्याही इच्छेपुढे सहज झुकतं
वरवर दिसतं एकदम साधं-सरळ,पण ह्याचा खोडकरपणा जाता जात नाही
आणि कितीही खोल जाऊन पाहीलं, तरी ह्याचा तळ काही गाठता येत नाही
सतत चंचलपणा हीच ह्याची मती
प्रकाशवेगालाही मागे टाकेल अशी ह्याची गती
मनाला म्हटलं, एकदाच जरा थोडं थांब ना
शांत होऊन कसं वाटतंय जरा सांग ना
तर म्हणालं, अग वेडे मी तर मुळातच आहे स्थिर
तुझे विचारच मला बनवतात अस्थिर
ह्या सगळ्या विचारांनाच दे जरा विश्रांती
मग बघ तुला सहजच मिळेल तुझी मन:शांती

आज असं वाटतय!!

आज असं वाटतय, की तू सतत माझ्याकडे पाहावं
आणि मी नजर झुकवून हळूच लाजावं,
आज असं वाटतय, की तू बोलतच राहावं
आणि मी जीवाचे कान करून ऐकावं,
आज असं वाटतय, की तू मला हळूवार स्पर्श करावा
आणि मी डोळे मिटून तो रोमरोमांत साठवावा,
आज असं वाटतय, की तू मला घट्ट मिठीत घ्यावं
आणि मी तुझ्या उबदार मिठीत सारं जग विसरावं,
आज असं वाटतय, की मुसळधार पाऊस कोसळावा
आणि तुझ्यात गुंतलेला माझा जीव पुन्हा नव्याने तुझ्यातच मिसळावा ..

स्त्री

तुझ्याच पदरात का हे जळते निखारे?

पण ते सगळे, सर्व करून सवरून ही नामानिराळे

तूच घेतलाय का मक्ता फक्त सहन करण्याचा?

ते राक्षस मात्र असुरी आनंद घेतात तुला भोगण्याचा

नवरात्रीमध्ये तुला मखरात बसवून पूजली जाते

आणि बाहेर कुठेही कधीही तुझीच विटंबना केली जाते

स्त्री दाक्षिण्य , स्त्रीत्व, नारी शक्ती हे शब्द पुस्तकात छान वाटतात

हेच ते सर्व पशू , तुझ्या तना-मनावर ओरखडे उमटवून सांगतात

तूझी चूक हीच की लपवू म्हटलं तरी लपवता येत नाही तुला तुझ्यावर झालेला अत्याचार

पण म्हणून सतत का राहावं तू असं अगतिक आणि लाचार?

आता कोणाचीही वाट पाहू नकोस तुला समजून घेण्यासाठी

हा पूर्ण समाजच आहे षंढ, कोणीही उभे राहणार नाही तुझ्यापाठी

तुझी तूच घे स्वत:ला बरोबर आणि सोडव हा पेच

आणि प्रत्येक नराधमाला तू स्वत:च जिथल्या तिथे ठेच

दाखवूनच दे ह्या मुर्दाड जगाला तुझं दाहक स्त्रीत्व

तरंच टीकेल मुळात सुंदर, सोज्वळ असलेलं तुझं मोहक अस्तित्व

पाडवा

आज, दिवाळी पाडवा
नवरा बायकोच्या नात्याचा गोडवा
नवरा बायकोचं नातं असतंच असं विलक्षण
जगतात ते कधी एकमेकांवाचूनही एकमेकांसोबत प्रत्येक क्षण
आणि त्यासाठी कुठल्याही बंधनाची गरज नसते
फक्त मनाची मनाशी गुंफण जरूरी असते
लग्नगाठ वगैरे झाली चौकट समाजाची
पण तरीही नाती असतात मनानीच निभावायची
शेवटी कुठल्याही नात्याचा गोड गंध
म्हणजे एका मनानी दुसऱ्या मनाशी बांधलेले सहजसुंदर बंध
हे बंध, ह्या रेशीमगाठी हाच तर आयुष्यातला सारा गोडवा
साजरा करू आपल्यातल्या ह्या नात्याचा खरा पाडवा

आवडतं मला

आवडतं मला, तुझं माझ्याकडे एकटक बघणं,
माझ्याकडे बघताना डोळ्यातूनच बरचसं बोलणं
आवडतं मला, तुझं गालातल्या गालात हसणं,
तसं हसताना गालावर खळी पडणं
आवडत मला, तुझं मला कडकडून भेटणं,
मला भेटण्यासाठी पुन्हा पुन्हा आतुर होणं
आवडतं मला, तुझं माझी सतत आठवण काढणं,
माझ्या आठवणीतच कायम रमणं
आवडतं मला, तुझं माझ्यात खोलवर गुंतणं,
माझ्यात गुंतून स्वत:लाही विसरणं
आवडतं मला, हे असं, माझं तुझ्यात असणं,
आणि तुझ्याशिवाय माझं वेगळं अस्तित्वच नसणं.
आवडतं मला ....

एक मी आणि एक तू

चंन्द्र मी आकाश तू
सूर्य मी प्रकाश तू
लाट मी गाज तू
आवाज मी नाद तू
शब्द मी अर्थ तू
व्यक्त मी अव्यक्त तू
आस मी समाधान तू
ध्यास मी पूर्णत्व तू
भास मी प्रत्यक्ष तू
स्वप्नात मी सत्यात तू
प्रेम मी बंध तू
हृदय मी स्पंद तू
मनात तू, तनात तू, माझ्या विश्वात तू
काल तू, आज तू, उद्याही तू, माझ्या साऱ्या अस्तित्वातच तू,
तू आणि फक्त तू

युद्ध

युद्धाची भाषा खरंच इतकी सोपी वाटू लागली माणसाला?
का सामंजस्याने उपाय काढणं सुचतंच नाही आता त्याला?
मुळात का पुकारतो माणूसंच माणसाशी युद्ध
सर्वविनाशी आहे हे माहीत असूनही, स्वार्थापायी इतकी हरवते शुद्ध!
युद्ध कुठलंही असो, हार-जीत तर पक्कीच असते
कुणीतरी कधीतरी मागे सरणार हेही नक्की असते
युद्धात क्षम्य असे काहीच नसते,
बावरलेल्या मनाला तिथे काडीचीही जागा नसते
स्वत:ची भावना तेवढी महत्वाची असते,
मात्र समोरच्यांच्या भावनांची किंमत शून्य असते
क्रोधाचे पडघम वाजायला सुरूवात होताच,
पहिले माणुसकीचीच तिरडी बांधली जाते
हरलेल्यांचे सर्वकाही या युद्धाच्या आगीत होरपळून जाते
पण जिकलेल्यांना तरी ते कुठे चिरकाल आनंद देते,
प्रत्यक्ष युद्धात भाग घेणाऱ्यांना,
वार अंगावर झेलायची सवय तरी असते
पण अप्रत्यक्षपणे भागीदार होणाऱ्यांच्या,
जखमेची वेदना खूपच खोलवरची असते
खरं तर, युद्ध हा कुठल्याही समस्येवरचा तोडगा नाही
कारण युद्धाने फक्त माणसं मरतात, त्यांचे विचार नाही
हे युद्ध, ह्या लढाया ह्या सगळ्यानी काय साध्य होणार?
माणसानी माणसाला समजून घेतलं तर या सगळ्याची गरजच नाही उरणार
मान्य आहे, आपण सगळेच काही गौतम बुद्ध नाही,
पण समोरच्याचं मन जिंकता आलं तर त्यासारखं दुसरं युद्ध नाही.

अजून काय वाटतं?

अजून काय वाटतं, अजून काय वाटतं!

काय सांगू?......

अजून काय वाटतं ते सांगू तरी कसं?

नेमक्या शब्दात नाही मांडता येत, जसंच्या तसं

जसच्या तसं नसलं तरी चालेल

पण मनात काय चाललंय ते तरी कळेल!

.... बरं तर, ऐक ...

अजून असं वाटतं की पूर्ण आयुष्यच रिवाइंड करावं

अगदी पहील्यापासून सारंच काही बदलावं

अजून असं वाटतं नेहेमी तूच बरोबर असावं

तुझ्याशिवाय जगणं एक क्षणभरही नसावं

अजून असं वाटतं की तूला घेऊन वेगळ्याच जगात प्रवेश करावा

जिथे चिंता काळजी ह्याचा मागमूसही नसावा

अजून असं वाटतं की तुझ्याबरोबर मनसोक्त हिंडावं

निसर्गासह तुझं प्रत्येक रूप डोळ्यात साठवावं

अजून असं वाटतं की तुझ्यासवे गोड नातं गुंफावं

स्वार्थ विसरून प्रेमच तिथे जास्त झिरपावं

अजून असंही वाटतं की प्रत्येक आयुष्य आपण असंच समरसून जगावं

आणि प्रत्येक मरणानंतर फक्त एकमेकांसाठीच पुन्हा पुन्हा जन्माला यावं

वट सावित्री

कुठल्यातरी वडाला दोरा बांधून असं त्याच नवऱ्याला परत परत मिळवता येतं?

एकाच दिवशी पुढच्या सात जन्मांचं असं ॲडव्हान्स बुकींग खरंच करता येतं?

काय गंमत आहे पहा, ज्याचं बुकींग करायचं

त्याला एकदा तरी विचारायचं

की आपणच स्वतःला त्याच्यावर लादायचं

वर्षभर बोलबोल बोलायचं, भांडायचं

कधी तर रागानी एकमेकांचं तोंडही नाही पहायचं

आणि ह्या दिवशी मात्र नटून थटून वडाला दोरा बांधायला जायचं

सध्या तर बायका जणूकाही एक कामच उरकून टाकतात

जेव्हा वडाबरोबर सेल्फी घेऊन नवऱ्याला मागतात

म्हणजे नवरा हे एक निमीत्त असतं नटायला

काय, मी म्हणते ते लागलंय का पटायला?

प्रत्येकीला परत हाच नवरा हवा असं मनापासून खरंच वाटतं का?

आणि नाही वाटलं तरी ह्या जन्मातलं प्रेम लगेच आटतं का?

तसंही हाच नवरा परत मिळतो की नाही ते कसं कळणार?

आणि नशीबात असलेल्या नवऱ्यापासून किती व कुठे पळणार!

सावित्रीनेही नवऱ्याचा गेलेला प्राण परत आणला

पुढच्या जन्मी सत्यवानच मिळू दे असा आग्रह नाही धरला

म्हणून म्हणते, हाच नवरा जन्मोजन्मी मिळू दे ही इच्छा नक्की असू द्या मनी

पण "व्हरायटी इज द स्पाईस ऑफ लाईफ" हेही जरासं ठेवा ध्यानी

तुझ्या प्रीतीची चवच न्यारी!

तुझ्या प्रीतीची चवच न्यारी

कशीही असली तरी मला कायमच प्यारी

कधी असतोस तू मिरची जहाल

बोलबोलूनी मला करतोस बेहाल

कधी असतोस तू लिंबू आंबट

मन माझं मग कुठेच नाही लागत

कधी असतोस तू कारलं कडू

तुला असं पाहून मलाही येतं रडू

पण बहुतेक वेळा असतोस तू रसाळ गोड

खरंच, कधीच कमी नाही होणार ही तुझ्याविषयीची ओढ

तुझ्या ह्या चटकदार चवींचीही मनाला भुरळ पडते

आणि तुझ्याशिवाय माझ्या आयुष्याची वाटच अडते

तुझ्या प्रेमाचे असे हे वेगवेगळे रंग

खुणावतात मला त्यातले सगळे भावगंध

ह्या रंगात रंगून जाण्यास मी असते सतत आतूर

पुढच्या जन्मीही तू फक्त माझाच व्हावास यासाठी हे आयुष्यही मरणाला फितूर

खेळ

खरंच, हा सारा खेळ आहे नशीबाचा?
की ज्याचा त्याच्या कर्माचा?
म्हणे नशीबात असलेलं कुठेच जात नाही
आणि नशीबात नसलेलं काहीही केलं तरी मिळत नाही
मग तर कुठलंही कर्म इथे कायमच व्यर्थ
"जसं कर्म तसं फळ" ह्या उक्तीला तरी काय राहीला अर्थ?
साऱ्या आयुष्याची जर असेल नशीबावरच भिस्त
तर का लावायची माणसाने चांगल्या कर्माची शिस्त?
शेवटी नशीब नशीब म्हणजे तरी काय असतं?
हा प्रश्न आला मनात की कर्म हळूच हसतं
कारण चांगल्या वाईट कर्माचं दान जेव्हा पडतं
तेव्हाच तर खरं माणसाचं नशीब घडतं
मग मात्र वाटतं की मी असं काय कर्म केलं,
म्हणून माझ्याच वाट्याला असं नशीब आलं?
आपण सर्व शेवटी ह्याच विचारापाशी अडतो
कारण माणसाचा ह्या एका जन्माचा हिशोब इथे खूप थिटा पडतो
कर्माचं दान पाडून आयुष्याच्या पटावरलं नशीब बदलायचा हा खेळ
त्यासाठी खरंच पुरेल का हो ह्या एकच जन्माचा वेळ?
म्हणून ज्याला उमगेल मागच्या पुढच्या अनंत जन्मांचा मेळ
त्यालाच कळेल हा कर्म-नशीबाचा एकजूटीचा खेळ

साठी

आयुष्याच्या वळणावर खूपच उशिरा भेटली ती
नजरानजर होताच डोळाभर हसली ती
मी होतो माझ्याच मस्तीत धुंद
जरासा बेफिकीर आणि खूपसा स्वच्छंद
आयुष्यातले टप्पे वीजेच्या वेगाने पार पडले
कुणी बरोबर असो वा नसो माझे कुठेच नाही अडले
पण मध्यानीच्या सावलीसारखी ती होतीच तेव्हाही
फक्त तिचे अस्तित्व तिने जाणवू दिले नाही मला केव्हाही
मग एका बेसावध क्षणी मात्र ती अचानक समोर आली
जसा असशील तसा माझा हो म्हणाली
जरासा बावरलो मी तिच्या असं अचानक येण्याने
पण टाळूही शकलो नाही तिला कुठल्याही बहाण्याने
म्हटलं असा कसा अचानक तुझा होऊ?
मागचं सगळ सोडून तुझ्याकडे धावत येऊ?
तर मिश्कील हसली आणि म्हणाली, मी कुठे म्हणतेय सगळं सोड
उलट जे काही सुटलंय, तुटलंय तेही आता घट्ट जोड
घडलं-बिघडलंय ते सारं जमेस धरून
साऱ्या शंका कुशंका ह्यांना ठेव पार दूर सारून
मात्र वेगाला दे थोडासा आवर
आणि माझ्या असण्यासारखाच राहू दे तुझा वावर
मग मलाही आलं जरासं हसू

जेव्हा म्हणाली चल दोघे जरा निवांत बसू
माझं हसणं पाहून चक्क लाजली
खरं सांगतो तेव्हा ती अतिशय सुंदर भासली
तेव्हापासून तिचाच हात माझ्या हाती नी मी फक्त तिच्याच पाठी
बघा,
तुम्हीही नक्की प्रेमात पडाल अशी ही माझी प्रिय सखी "साठी"

थोडं जगायचं राहीलं!!

हा हा म्हणता अर्ध वय सरलं
तरीही, वाटतं की काहितरी राहीलं
कुणी किती दिलं, किती घेतलं
ह्या हिशोबातच आयुष्याचं गणित पार चुकलं
दुखाःला वजा करायच्या प्रयत्नात
आहे त्या सुखालाही मन मुकलं
पुस्तकातले सुविचार फक्त पानांवरंच राहीले
कितीही पानं वाचून काढली
तरी मनातले विचार कधी निरपेक्ष नाही वाहीले
रोज नवीन चित्र रेखाटण्याचाच ध्यास घेतला
पण नव्याची आस धरताना
जुन्याच्या पूर्णत्वाचा आनंद कुठेतरी हरवला
पार गाडून टाकलं जे काही चुकलं माकलं
खरं खोटं हा विचार करणंही फार नाही मानवलं
दुसऱ्यांच्या नजरेत उंच होताना
स्वतःच स्वतःला पार झाकून टाकलं
काळाच्या ओघात धावताना पुलाखालून बरंच पाणी वाहीलं
कलतीच्या किरणांत मात्र आता क्षणभर थांबून पाहीलं
तसं हे लख्ख जाणवलं
की, हा हा म्हणता अर्ध वय सरलं
तरीही, थोडं जगायचंच राहीलं, थोडं जगायचंच राहीलं ..

आठवणी

आठवणी, कधी लख्ख पडलेल्या उन्हासारख्या
तर कधी ढगाआड धूसर झालेल्या चांदण्यांसारख्या
कधी तीव्र दाहक सूर्यासारख्या
तर कधी शांत शीतल चंद्रासारख्या
कधी उन्मत्त उधाणलेल्या सागरासारख्या
तर कधी मंद वाऱ्याच्या झुळूकीसारख्या
आठवणी अशाच असतात,
काही मुळासारख्या जमिनीत खोलवर शिरणाऱ्या
तर काही धुरासारख्या हवेत विरून जाणाऱ्या
काही मनात कायमच्या घर करून बसलेल्या
तर काही, काही दिवसांच्याच सोबती असलेल्या
कुठली मनात ठेवायची आणि कुठली सोडायची हे आपल्या हातात असतं का?
खरं तर, त्या त्या वेळच्या भावनिक तीव्रतेवर ते अवलंबून नसतं का?
पण एक मात्र नक्की
ह्या आठवणींना स्वतःपेक्षा कधी मोठं नाही होऊ द्यायचं
त्यात चांगलं वाईट न शोधता, आपण कायम फक्त त्यांचं माध्यम व्हायचं
फक्त त्यांचं माध्यम व्हायचं

नवीन वर्ष

नवीन वर्ष कसं पुस्तकासारखं असतं ना?

नवकोरं असताना हवहवसं वाटतं ना?

नवी उमेद, नवी आशा सारंच कसं छान

जसं नव्यानेच रूजलेल्या झुडूपाचं लहान कोवळं पान

ज्या इच्छा आकांक्षा राहतात मागच्या वर्षी

त्याही पूर्ण करायची उर्मी येते ह्या नव्या वर्षासरशी

खरं तर असं काय मोठं बदलंलेलं असतं आपल्या आयुष्यात

निसर्ग तोच, माणसंही तीच आणि प्रॉब्लेम्सही तेच असतात भविष्यात

मग असं असूनही का वाटतं आपल्याला वेगळं?

की आपलाच दृष्टीकोन बदलतो हे सगळं?

मला तर वाटतं, फक्त स्वतःच्याच दृष्टीतून पाहीलं तर कुठेतरी काहीतरी खटकंतच राहील

पण जराशी दृष्टी बदलली ना तर प्रत्येक दिवसच नवीन वर्ष होईल

वाढदिवस

नशीबाने अनपेक्षितपणे तुला माझ्या समोर आणलं

आणि माझं पूर्ण आयुष्यच त्यामुळे बदललं

म्हणालास खूऽऽऽप प्रेम करतो तुझ्यावर

माझंही मन मग नकळतपणे तुझ्यात गुंतलं

आठवते का तुला पहिली भेट, पहिली मिठी अन् पहिला स्पर्श?

अश्या कित्येक आठवणींसरशी मी तुला माझ्यात अजूनच गुंफलं

नवरा-बायको नातं-गोतं हा विचार करता करता

अलगदपणे तुझ्या "सोलमेट"च्या भूमिकेत स्वतःला बसवलं

खरं सांगते, कितीही चिडले, कधी रागावले तरी मनातून प्रेम मात्र तसूभरही कमी नाही झालं

ह्या वाढदिवशी तुला काय देऊ हा विचार करताना मात्र एवढंच एक नक्की कळलं की

आता माझं असं माझ्याकडे काहीच नाही उरलं

आता माझं असं माझ्याकडे काहीच नाही उरलं

एक क्षण

समुद्र असेल जरी लांब
तरी येणाऱ्या प्रत्येक लाटेची उर्मी सांगून जाते किनाऱ्याला
तू इथेच थांब, तू इथेच थांब
तो वाहत जरी असला
तरी येईल पुन्हा पुन्हा तुझ्याचपाशी
गेला जरी लांब
तरी आतुरतो तुझ्याच विचारासरशी
आणि खरंच होऊन लाटेवर स्वार जेव्हा
येऊन मारतो घट्ट मिठी
तो एक क्षणच पुरेसा असतो
किनाऱ्याला समुद्राशी बांधून ठेवण्यासाठी

स्वप्नं

किती स्वप्न आपण असतो उराशी बाळगून
काही होतात पूर्ण तर काही जातात तशीच राहून
एक स्वप्न पूर्ण झालं की दुसरं असतंच त्याची जागा घेऊन
ती पूर्ण करायची धडपड मग, काहीही किंमत देऊन !
अपूर्ण स्वप्नांचा सल मनात राहातो कायम घर करून
पूर्ण झालेल्या स्वप्नांचा आनंद तरी ठेवतो का सतत हात धरून?
मग का हट्ट धरायचा आपण स्वप्न पूर्ण होण्याचा
का, स्वप्नांशिवाय काही अर्थच नाही आपल्या जगण्याचा!
मान्य आहे आपल्याला उभारी देतात स्वप्नं काही काही
फक्त एकच लक्षात ठेवायचं
की आपल्यासाठी स्वप्न आहेत, आपण स्वप्नांसाठी नाही !

देव-माणूस

फरक फक्त इतकाच आहे,

की कोणाचंच जन्म मरण आपल्या हातात नसतं

म्हणून आपण फक्त माणूस असतो

आणि तेही ज्याच्या हातात आहे अश्या त्याला,

आपणच देव म्हणतो

मग बघा हं,

आपल्या घरातल्या सर्वांच्या बाबतीतले निर्णय आपण स्वतःच घेतो

पण आपण स्वतः त्याच्याच घरातली एक व्यक्ती आहोत हे पार विसरतो

आपण जे करू ते घरातल्यांच्या चांगल्यासाठीच हा पक्का विश्वास असतो आपल्यालाच

मग त्याने घेतलेल्या बऱ्याच निर्णयांबद्दल का दोषी ठरवतो आपण त्यालाच

आपल्या घरातल्या वस्तू बदलायचा हक्क आपण गृहीतच धरतो जणू काही

पण त्याने जरासाही बदल केला तर त्याला जाब विचारायचीही करतो घाई

एखादी गोष्ट खराब झाली, जुनी झाली अगदी वापरात नाही म्हणूनही आपण ती बदलतो

आणि त्याने असं केलं तर मात्र आपण त्याच्यावर चिडतो

कारण मुळात हा बदल स्वीकारायची आपली तयारीच नसते

आपलं माणूस ही भावनाच तेव्हा फक्त वरची असते

जो जन्मापासून मरणापर्यंत अन् मरणापासून जन्मापर्यंत सतत आपल्याबरोबर असतो,

त्याला आपण कधी जाणतंच नाही

कारण जो डोळ्यांना दिसंत नाही त्याला सर्वस्वी आपला मानणं खरं तर आपल्याला जमतच नाही

ह्या देव तत्वाला जर मनापासून आपलं म्हटलं तर गहजब होईल का काही?
पण एक मात्र नक्की की त्यानंतर माणूस, फक्त माणूस राहणार नाही
माणूस, फक्त माणूस राहणार नाही

माझा नवरा आणि त्याचे मित्र ह्यांची मैत्री अगदी नर्सरी पासून आत्तापर्यंत अबाधित आहे. मी स्वतः त्यांची ही मैत्री गेले सत्तावीस वर्ष बघते व अनुभवते आहे. त्यांच्या ह्या अश्या घट्ट मैत्रीला नुकतीच पन्नास वर्ष पूर्ण झाली. त्या निमित्तानी लिहिलेली ही कविता....

मैत्री

भेटलो होतो कधी लहानपणी असेच अचानक
खेळायला कुणीतरी मिळालं ह्यातच मजा वाटली
मैत्री वगैरे शब्दही नव्हते आमच्या गावी
तरी ती भावना होती कुठेतरी मनाला पटली
वयाने जसे मोठे होत गेलो
तशी मित्रांची जमा भरपूरच साठली
नाक्यावर जाऊन दम मारायला लागलो
मुली पटवण्याचे प्रयत्न करायला लागलो
तरी मित्रांसाठीची माया जराही नाही आटली
अभ्यासाच्या नावानी जेव्हा रात्र रात्र जागवत राहीलो
त्यात सुटला असेल अभ्यास थोडा पण कधी मैत्री नाही तूटली
यश-अपयशाच्या खेळात कधी पडलो, रडलो, उदास झालो
मैत्रीची प्रेमळ थाप मात्र तेव्हाही होती सतत पाठीवर पडली
कधी दुसऱ्याला चिडवलं, कधी स्वतः चिडलो
कधी कोणाला डावललं तर कधी असेलही भांडलो
क्वचित कधीतरी पिऊन टाईटही झालो

पण मित्रांसमोर ह्या सगळ्याची कधी लाज नाही वाटली

सुखात वाटेकरी व्हायला जमलं नसेलही कधी

दुःखाच्या प्रत्येक प्रसंगी मात्र सर्व विसरून तत्परतेनी मित्रांचीच फळी उभी ठाकली

पैसा प्रॉपर्टी सुखं ह्यांची सोबत असो वा नसो

मैत्री मात्र सगळ्यांनीच त्याही पलीकडे जाऊन जपली

अजूनही मित्र म्हटलं की बाकी सगळं विसरतो

जरी आमच्या वयाने आता पन्नाशी गाठली

मैत्रीची व्याख्या नाही सांगता येणार कदाचीत

पण अभिमानानं सांगू शकतो की आम्ही ती व्याख्या प्रत्यक्ष जगली

आम्ही ... मैत्री .. प्रत्यक्ष जगली ....

बांधवगड ही माझी पहिली टायगर सफारी. त्या ट्रिपमध्ये नेहेमीप्रमाणे मित्रमैत्रीणी मिळून चेष्टामस्करी करताना जे काही शब्द बोलले गेले त्यातले काही शब्द (खरं तर वाट्टेल ते!) देऊन त्यावर कविता कर म्हणून सर्वजण मागे लागले.

बसून वा विचार करून, अशी कविता कधी केली नसल्याने सहाजिकच 'मला नाही बाबा जमणार!' म्हणून सांगितलं. पण मनात ते शब्द पिंगा घालत होते ... आणि शेवटच्या सफारीमध्ये मला ही कविता सुचली.

दिलेले शब्द

- ✓ जेल-पावडर
- ✓ ठाणेकर
- ✓ पावसिंग
- ✓ रानडुक्कर
- ✓ पापणी फडफड
- ✓ कंडम
- ✓ पुणेकर
- ✓ गारवा
- ✓ टायगर
- ✓ महुआ

बांधवगड - एक टायगर सफारी

जमवून मित्रांच्या गप्पांचा फड

जागेत जागा शोधली बांधवगड

म्हणाले करू ४/५ टायगर सफरी

कल्पना वाटली सगळ्यांनाच जबरी

जॅकेट्स कॅप्स जय्यत तयारी

काय घ्या कुठून घ्या गृपवर डिस्कशनच भारी

बुकींग कॅन्सलेशनशी करून मारामारी

फायनली डेस्टीनेशनवर **ठाणेकर पुणेकर** मंडळी पोचली सारी

नेक्स्ट डे पहाटे उठायची लगबग खरी

तरी रात्री "बसायची" गंमतच न्यारी

रात्रीच्या बसण्याला सात मजली हास्याची जोड

कंडमपणा करायची जाणार नाही ही जित्याची खोड

पहिली सफारी उत्साहानी सुरू केली

जेल-पावडरची तेव्हा मात्र जराशी आठवण आली

सफारीमध्ये **पावसिंग** ने केली थोडी गडबड

इथे कॅाल आहे, तिथे टायगर नक्की आहे ची नुसतीच बडबड

रानडुकराला पाहून करून स्वताःचे समाधान

जेवायला गाठलं वेळेवर हॅाटेलचं स्थान

दुसऱ्या सफारीत एकाच ठीकाणी जमल्या जीप्स निदान एक दर्जन

टायगर दिसल्याचे जीपमधल्या प्रत्येकाचे आपापलेच वर्जन

रातीच्या प्रोग्रॅमला **महुआ** पिऊन झाली **पापणीची फडफड**

कोकची नशा मात्र ठरली सगळ्यांपेक्षा वरचढ

तिसऱ्या सफारीला **गारव्यानी** गाठलं

तशी टायगर बघायचं स्वप्न नव्या जोमानी मनात साठलं

फायनली एका जीपची टायगर भेट झाली तरी थोडीशी

त्यांना दिसला म्हणून छान पण बाकीच्यांना नाही म्हणून खंतही वाटली जराशी

आता टायगर दर्शनाचे ठोकताळे मनाशी आजमावून

सर्व निघाले चौथा सफारीची संधी साधून

तिथे तर कुठल्याच टायगरचं नखही नाही दिसलं

तसं मन मात्र थोडं खट्टू होऊन गेलं

वाटलं दिसला असता जरा तर येणं सार्थकी तरी असतं लागलं

कारण नाईट सफारीचही शेवटी कॅन्सलच केलं गेलं

पण मला सांगा,

समजा टायगर नाहीच दिसला तर आपलं काय जाईल ?

बाकी काही माहीत नाही

पण पुढच्या टायगर सफारीच नाव काढलं तर समीरची मात्र काशी होईल

जोक्स अपार्ट

पण खरंच सांगा टायगर नाही दिसला आपलं काय जाईल?

अश्या ट्रिप्स नी मित्रमैत्रीणींची भेट तरी होईल

शेवटी ह्या भेटीगाठी हे फिरणं ही धमाल मस्ती यही असली खजाना है

बाकी ये टायगर और ये ट्रीप्स तो क्या सिर्फ एक मिलने का बहाना है !

ये टायगर और ये ट्रीप्स तो सिर्फ एक मिलने का बहाना है !

देवा मी तूझ्याकडे फार काही मागतच नाही

जन्म झाल्यावर पाहिजे आई
पोटाला भरपूर दे दूध-सायी
वर लाड करण्यात हात असू दे आजीआजोबांचाही
बस, जगायला अजून लागतं का काही!
देवा मी तुझ्याकडे फार काही मागतच नाही...

शाळेत मिळून दे शिक्षण चांगलं
खेळायला आजूबाजूला मुलंचमुलं
पडलो धडपडलो तर असू दे कुणी उचलायलाही
बस, जगायला अजून लागतं का काही!
देवा मी तूझ्याकडे फार काही मागतच नाही...

कॉलेजात हवी चांगली डिगरी
चकाट्या पिटायला चार दोस्त जिगरी
आणि खरं तर हव्या थोड्या चिकण्या मैत्रीणीही
बस, जगायला अजून लागतं का काही!
देवा मी तूझ्याकडे फार काही मागतच नाही...

डिगरी मिळाल्यावर जॉबही मिळू दे एक छान
सगळ्यांकडून होणाऱ्या कौतुकाने तृप्त होऊ देत कान
अन् मिळालीच एखादी सुंदरी तर होऊन दे मग माझं लग्नही
बस, जगायला अजून लागतं का काही!
देवा मी तूझ्याकडे फार काही मागतच नाही...

अंमळशानी मुलंही होऊन देत सर्वगुणसंपंन्न
गाडी बंगला जमिनजुमला वृध्दींगत असूदे ऊत्पन्न
जबाबदाऱ्या संपून सुखासीनता येऊदे आयुष्यातही
बस, जगायला अजून लागतं का काही!
देवा मी तूझ्याकडे फार काही मागतच नाही...

वार्धक्यातही वरदहस्त राहू दे तब्येतीचा
मरणासवेच असतो आता लपंडाव शेवटचा
जमलंच तर जिंकून दे हा शेवटचा लपंडावही
बस, जगायला अजून लागतं का काही!
देवा मी तूझ्याकडे फार काही मागतच नाही...
देवा मी तूझ्याकडे फार काही मागतच नाही...

देवा तू सांग बरं असं का केलं

देवा तू सांग बरं असं का केलं
मला सुद्धा चांगलं नशीब तू का नाही दिलं
कुणाकुणाला तू जरा जास्तच सुखी ठेवलं
मग मलाच तू असं दुःख का बरं दिलं
ह्याला गाडी, त्याला बंगला,
ह्यांना प्रमोशन अन् त्यांना पैसा-जमिनजुमला
सगळ्यांच्या आयुष्याचं पान किती छान लिहीलं
मला सुद्धा चांगलं नशीब तू का नाही दिलं
त्या सगळ्यांच्या आयुष्याची गणितं सोपी फार
दुःख अगदी कमी नि सुखं असतात अपरंपार
त्यांच्या माथी तू फक्त असं सुखच कसं गिरवलं
मला सुद्धा चांगलं नशीब तू का नाही दिलं
अरे, कुणाच्याही नशीबी मी काहीच नाही रे लिहीलं
मी तर माझं स्वत्वही आहे तुमच्यातल्या प्रत्येकाला दिलं
तू समजतो आहेस तसं तर मी मुळीच नाही केलं
ज्याचं त्याचं ज्याने त्याने आपल्या कर्मानी आहे मिळवलं
रामावतारात रामाचं तर राज्य होतं सुटलं
पूर्णरूपातल्या कृष्णाचंही होतं गोकुळ कधीच तुटलं
सिद्धार्थ तेव्हाच बुद्ध झाला जेव्हा त्याचं मन दुःखानी विटलं
बघ तर कर्माचं हे दान खुद्द मलाही नाही रे चुकलं
कर्माचं हे दान खुद्द मलाही नाही चुकलं

कान्हा

कान्हा, सांग ना,
का रे होतास तू असा सर्वाहूनी निराळा,
सगळ्यांमध्ये राहूनी परी सर्वांपासूनी वेगळा
का रे केला तू हव्याहव्याश्या गोकुळाचा त्याग,
अगदी राधाही मग धजावली नाही काढण्या तुझा माग
का गेलास तू असा, स्वीकारून लांछन, सोडून मथुराही,
शक्य नव्हते बघ तुला हरविणे कधीच त्या कालयवनालाही
का केलास तू अर्जुनास त्या संहाराचा उपदेश,
इतके करूनी राज्य जिंकूनी राहीले का काही शेष?
का घडू दिलेस तू युद्ध ते घनघोर महाविनाशी,
जरी होतास तूची एकटा तिथे समर्थ शाश्वत अविनाशी
उचललेस ना जराही तू त्या युद्धासाठी शस्त्र,
जरी तुझ्यापुढे निष्प्रभ होती साऱ्या विश्वातली अस्त्र
का वसवलीस तू नितांत सुंदर, ती द्वारका नगरी,
राजपद सोडून तिथेही राहीलास जर तू अलिप्त साधूपरी
कान्हा, इतुका रे कसा ना कळला आम्हा मार्ग तुझ्या जगण्याचा,
देऊनी गेलास तू वागण्यातूनी तुझ्या, मंत्र निष्काम कर्माचा
देऊनी गेलास तू वागण्यातूनी तुझ्या, मंत्र निष्काम कर्माचा

राधा

कृष्णाला कधीच राधाची व्यथा कळली नाही

कळली असली तरी उमगली नक्कीच नाही

त्याने तिच्या मनाचा कधी विचार केला नाही

आणि केला असला तरी तिच्या भावनांना प्राधान्य देणं

त्याला कधी जमलंच नाही

किंवा तसं वाटलंही असेल कदाचीत तरीपण तसं त्याने कधी केलं मात्र नाही

खरंतर तो स्वतःसाठी असाही कधीच जगला नाही,

पण दुसऱ्यांची आयुष्य आवरतानाही त्याने राधेला कधीच सावरलं नाही

कारण त्याला विश्वास होता, की राधा त्याची आहे आणि ती कधीच ह्याबद्दल तक्रार करणार नाही

म्हणून त्याला न समजून घेणं अथवा त्याला अंतर देणं हे तिच्याकडून कधीच होणार नाही

आणि तिनेही घेतलंच की समजून .. तिच्या कृष्णाला ..

प्रत्येक वेळी, प्रत्येक दिवशी, अगदी प्रत्येक क्षणालाही

पण ह्या समजून घेण्यात ती स्वतः कणाकणानी मरत गेली, झुरत गेली

या कणाकणानी झुरण्यातच तिचं होरपळून गेलेलं मन मात्र कोणालाच कधी दिसलं नाही,

समजलंही नाही

अगदी तिच्यावर मनापासून प्रेम करणाऱ्या .. तिच्याच .. कृष्णालाही ..

मनापासून प्रेम करणाऱ्या तिच्या .. कृष्णालाही ...

इतकंच एकदा सांग ना..

इतकंच एकदा सांग ना ...
जेव्हा मी दिसणार नाही
तेव्हा कावराबावरा होशील ना?
भेटीसाठी माझ्या एका
तेव्हाही इतकाच तळमळशील ना?

इतकंच एकदा सांग ना ...
जेव्हा मी राहाणार नाही
तेव्हा माझ्यासाठी अश्रू ढाळशील ना?
मी जरी लांब गेले
तरी प्रत्येक क्षणी तू माझी आठवण काढशील ना?

इतकंच एकदा सांग ना ...
जेव्हा जेव्हा मला मिस करशील
तेव्हा तेव्हा मीटून डोळे शांत बसशील ना?
कधी हास्यकल्लोळांच्या आवाजात,
कधी माझ्या कवितेतल्या स्पंदनात,
तर कधी माझा असलेल्या तूझ्यातच ... मला शोधशील ना?

इतकंच एकदा सांग ना ...
जेव्हा मी या जगात नसेन
तेव्हाही तू मला तूझ्या सोबत ठेवशील ना?
तेव्हाही माझं अस्तित्व, तू तूझ्या मनात सतत जपशील ना?
इतकंच एकदा सांग ना .. इतकंच एकदा सांग ना ....

मोक्षाचं दार

मागचा जन्म, पुढचा जन्म सगळं नीट कळतं
मग ह्या जन्माचं आमचं घोडं नक्की कुठे अडतं?
जसं कर्म तसं फळ हेही अगदी मनाला पटतं
तरिही ह्या जन्मातल्या त्रासाचं कोडं मात्र तसंच रहातं
ह्या जन्मातलं चूक बरोबर सारं कसं लख्खं दिसतं
जमेल तसं ज्या त्या वेळी सुधारूनही घेता येतं
पण चुकाच कळल्या नाहीत तर सारं गणितंच चुकतं
नशीबाशी दोन हात करताना शरीर व मन दोन्हीही थकतं
असं म्हणतात, की मागच्या कुठल्यातरी जन्माचं देणं,
ह्या आणि अश्याच पुढच्या जन्मात फेडायला लागतं
केलेले उपकार, दिलेला त्रास सगळंच, जसच्या तसं परत घ्यावं लागतं
म्हणूनंच कधी लहान बाळांनाही मरणासोबत झगडावं लागतं
तर कधी जख्ख् म्हाताऱ्यांना जगणं असह्य होतं
पण काय माहीत की हे असं कुठवर चालतं?
प्रत्येक लहान-मोठं कर्म फेडायला कितीदा जन्मावं लागतं?
इथेच तर खरी गोम आहे,
कर्म केलं की फळ हाच तर विश्वाचा नेम आहे
खरं तर, कर्माची फळं घेणाऱ्यांनाच हे सगळं भोगावं लागतं
निष्काम कर्म करणाऱ्यांना मात्र मोक्षाचं दार कधीच बंद नसतं
निष्काम कर्म करणाऱ्यांना मात्र मोक्षाचं दार कधीच बंद नसतं

कुरूक्षेत्रावरचा अर्जुन

कुरूक्षेत्रावर दिग्मूढ झालेल्या अर्जुनाला पाहून

अखंड गीता सांगितलीस त्याला विशद करून

प्रसंगी स्वत: त्याच्या रथाचं सारथ्य करून

शेवटी दिलंस त्याला युद्ध जिंकून

पण आमच्यासारख्या लोकांनी कोणाकडे रे पहायचं सखा म्हणून?

कोणाला विचारायचे प्रश्न जे जातात आम्हालाही, अर्जुनासारखेच गर्भगळीत करून

नशीबाशी युद्ध कसं रे खेळायचं तुझ्या अस्तित्वावाचून?

कारण षडरिपूंचे घोडे असलेल्या या आयुष्याचं, सारथ्यही दिलं आहेस तू आमच्यावरच सोपवून

मान्य आहे, पात्रता लागते गीता ऐकायलाही अर्जुन बनून

पण आम्हाला अलिप्तही होता येत नाही ना तुझ्यासारखं कर्म करून

आणि सांग ना, असे किती जन्म येतील फिरून?

की आमची चांगली वाईट सर्व कर्म जातील विरून

तक्रार नाहीये हा माझी, तक्रार नाहीये माझी काहीच

कारण तू केलंच असशील हे काहीतरी विचार करून

फक्त, आयुष्यात एकदा तरी एकच अशी संधी दे मिळवून

मागच्या जन्मांतले केलेले उपकार नको, पण झालेल्या चूका तरी दे प्रत्येकाला आठवून

मग मात्र जे नशीबी येईल ते आम्हीही घेऊ गोड मानून

अन्यथा असेच फिरत राहू कुरूक्षेत्रावरचा अर्जुन होऊन ..

असेच फिरत राहू कुरूक्षेत्रावरचा अर्जुन होऊन ....

षंढपणाचा अंश

मानवतेचा खून हा आज पहिल्यांदा नाही घडलाय
ह्या आधीही अनेकवेळा त्यानी तिचा लचका तोडलाय
निरपराधांच्या रक्तानी अनेक वेळा त्यांचा अंगरखाही लडबडलाय
कारण त्यांचा सो कॅाल्ड जमीर कधीचाच सरणावर चढलाय
गिधाडं म्हणू नका त्यांना, गिधाडंही म्हणू नका त्यांना
कारण ती फक्त मेलेल्यालाच खातात
पण ह्यांनी ह्यांचा संबंध तर थेट सैतानाशी जोडलाय
कुठवर आता आपण हा अभद्र नाच पाहायचा?
डोकं वर काढण्यापूर्वीच त्यांचा फणा कायमचा का नाही ठेचायचा?
थोडे दिवस रडतात सारे, करतात निषेध, बोलतातही त्वेषाने,
आणि विसरतातही सगळे हे सर्व तितक्याच वेगाने
हाही आपला "गुण"? त्यानी वेळोवेळी ताडलाय,
म्हणूनच त्यांच्यातला सैतान आता इतका वाढलाय
तरीही सहिष्णुता आपली रास्तच,
कारण सहिष्णुतेपेक्षाही जास्तच ..
षंढपणाचा मोठा अंश आपल्या आतच दडलाय..
षंढपणाचा मोठा अंश आपल्या आतच दडलाय .....

नात्यांचा देखावा

कसं असतं ना.......
बायकोचं एक बरं असतं
तिला डेडलाईन्स पाळून काहीच करावं लागत नसतं
नवऱ्याचं एक बरं असतं
त्याला पै-पाहुणा, सण-वार, कुठे काय बघावं लागतं?
सासऱ्यांचं एक बरं असतं
नुसतं बर नाही म्हटलं तरी सारं घर दिमतीला उभं राहातं
सासूबाईंच एक बरं असतं
आता मला होत नाही म्हणत नुसतं बसलं तरी फावतं
सुनेचं एक बरं असतं
घरात दारात सगळीकडे तिचंच वर्चस्व दिसतं
मोठे दिर-जाऊ ह्यांचं एक बरं असतं
लहानांना नेहमी त्यांचचं ऐकावं लागतं
लहान दिर-जाऊ ह्यांचं एक बरं असतं
त्यांना कसल्याच जबाबदारीचं ओझं नसतं
नणंदांचं एक बरं असतं
माहेरी आल्यावर कोण काम सांगतं?
मुलांच एक बरं असतं
त्यांना फार काही ... फार काही कसलं, काहीच काम नसतं
मोठ्या माणसांचं एक बरं असतं
त्यांचं आयुष्य अभ्यासामुळे स्ट्रेसफुल नसतं?
काय, ह्यात वाटत नाही ना काही जगावेगळं?
त्या व्यक्तीच्या जागी आपण असतो तरी वाटलं असतं का हेच सगळं?
तसं वाटलं तर, समोरच्याशी सूर नक्की जुळवून घ्यावा
नाहीतर आपलं वागणं म्हणजे नुसताच नात्यांचा देखावा ..
आपलं वागणं म्हणजे नुसताच नात्यांचा देखावा ....

नाईट क्वीन

झोपेचा नसतो कधीच भरवसा काही
नको तेव्हा येते अन् पाहीजे तेव्हा नाही
तिचा असतो आपलाच वेगळा तोरा
व्यक्तीगणिक बदलते ती तिच्या निरनिराळ्या तऱ्हा
कुणाची झोप इतकी कमी,
रात्रभर जागे असल्याची देतात ते हमी
कुणाची झोप एवढी गाढ,
गडगडणाऱ्या ढगांचाही मग लागत नाही पाड
कुणाची झोप असते अगदी अलवार,
टाचणी पडल्याचाही आवाज होतो फार
कुणाच्या झोपेचं असतं सुंदर रूप,
स्वप्नांच्या दुनियेत ते फिरतात खूप
कुणाची झोप भलतीच रूसूबाई,
आल्या आल्या तिला होते जायचीच घाई
कुणाची झोप आणते रंगत,
श्वासाला त्यांच्या सुरांची संगत
कुणाच्या झोपेची वेगळीच कहाणी,
कुभकर्णालाही त्याबाबतीत पाजतात पाणी
झोपेची चालते स्वत:चीच मर्जी,
मग कोणी कितीही करो तिची अर्जी
अशी ही "झोप" खरं म्हणायंच तर "नाईट क्वीन",
पण हिच्या बाबतीत कुठल्याही वेळी लोकं पूर्ण पराधीन ..
हिच्या बाबतीत कुठल्याही वेळी लोकं पूर्ण पराधीन ....

ताडोबा

पहिला डावं देवाला असं म्हणतात ना

अगदी तस्सच, बांधवगड ट्रिप आम्ही देवाला वाहिली

आणि जिथे टायगर नक्की दिसतात

असं ऐकलेल्या ताडोबाला निघायची तयारी केली

काही मेंबर्स ची ह्यावेळी वजाबाकी झाली,

पण बाकीच्यांनी लगेच त्यावर आपली वर्णी लावली

टायगर दिसणं आता जास्त महत्वाचं हे उमजून,

ह्या वेळी फार काही खरेदिही नाही केली

पहिल्याच सफारीला लांबून का होईना

दोन टायगर बच्चे दिसले

वाटलं चला आता बांधवगडचे आपले जिन्क्स तरी तुटले!

दुसऱ्या सफारीच्या सुरूवातीलाच रेअरली दिसणारा

लेपर्ड अचानक समोर आला

आणि त्याला बघण्याच्या नादात छोटी ताराच्या भेटीचा योग मात्र आमचा हुकला

लेपर्ड दिसल्याचा आनंद जेवढा मनात साठला,

टायगर दिसणं हुकल्यामुळे तो तेवढाच भरभर आटला

हळहळ वाटली अगदी

हळहळ वाटली अगदी, तरी फार आम्ही मनाला लावून नाही घेतलं

कारण बाकीच्या फ्रेंड्सचं टायगर जवळून बघायचं स्वप्न
ह्याच सफारीने पूर्ण केलं
तिसऱ्या सफारीने आमच्या, बांधवगडचीच री ओढली
कारण असं कळलं की, SES च्या ग्रूप मध्ये म्हणे भेसळ होती झाली
शेवटच्या सफारीत लेपर्डचीच स्वारी अगदी जवळून भेटली
पण जाता जाता त्याने हळूच एक टिप मात्र दिली
म्हणाला ....
म्हणाला , जसे हे टायगर्स तसाच त्यांचा SES चा गृप
इथे आहे त्यांचीच संख्या खूप
टायगर्सची तर आहे आपलीच शान
पण आमचाही आहे तेवढाच मान
असले असते इथे फक्त टायगर्स जर
राहिले असते का त्यांचे महत्व तर!!!
म्हणून जशी ही, किंवा कुठलीही सफारी टायगर्स विना अधूरी
तशीच ती कधीच नाही होऊ शकणार आमच्याशिवाय पूरी
ती कधीच नाही होऊ शकणार आमच्याशिवाय पूरी ....

हिमालय एक ट्रिप - मनाली

नेहेमी वाटायचं त्याच्याकडे जावं
त्याचं रूप डोळे भरून पहावं
ख्याती त्याची खूप ऐकली वाचली होती
तरिही त्याची नि माझी गाठभेट झाली नव्हती
असं तर ट्रेकींग वगैरे पण खूप आवडत होतं
पण त्यासाठीही त्याच्याकडे जाणं काही घडत नव्हतं
आणि एक दिवस अचानक योग आला जुळून
विचारलं राजू ने, जाऊया का मनाली ला एकत्र मिळून?
पहिले वाटलं बरोबर दिसेल का आपलं अस जाणं
कारण राजू ला होतं त्याच्या मित्राकडून लग्नाचं बोलावणं
मग वाटलं हिच संधी आहे त्याच्याकडे जायची
नंतर देता येणार नाही खात्री आपल्याच वयाची
लग्नाचे कपडे, थंडीची तयारी असा जामानिमा करून
थेट पोहोचलो आम्ही मनालीत नशीबाचं बोट धरून
मनाली .... एक गावं हिमाचल प्रदेशातलं
ज्याची मला होती आस त्या हिमालयाच्या कुशीतलं
तिथे पाउल ठेवताक्षणी काहितरी वाटलं
इतक्या वर्षांचं स्वप्न माझं माझ्या डोळ्यात साठलं
तिथले डोंगर नद्या निसर्ग बघायची जेव्हढी होती ईच्छा दुर्दम्य
तितकचं गोकुळचं-एका अवलीयाचं आमच्याशी जमलेलं नातंही अगम्य
त्याला नातं म्हणायचं की ओळख की मैत्र की अजून काही

हे मला खरंच अजूनही कळलेलं नाही

पण एक मात्र नक्की की कुठलातरी ऋणानुबंध परत जुळून आला

जेव्हा गोकुळ आम्हाला पूर्वीपासून ओळख असल्यासारखा भेटला

पहाडी लग्न तर आम्ही सगळ्यानी असं पहिल्यादाच पाहीलं

घरी आल्यावरही कितीतरी दिवस मन तिथेच रेंगाळत राहीलं

तिथल्या नवरदेवाच्या गळ्यातले नोटांचे हार

ते पाहूनच झालो आम्ही गप्पगार

मुलीच्या आईवडीलांनी तर म्हणे कांदालसूणही नाही खायचं

आणि लग्नाच्या दिवशी लग्न लागेपर्यंत तरी उपाशीच रहायचं

लग्नात कुणीकडच्या लोकांची काय काय भेट

वही पेन नि बॅग घेऊन हिशोबालाच बसतात ना थेट!

नवरदेवाचं स्वागत मात्र जंगी झालं

तालावर थिरकण्याऱ्या सगळ्याच्या पावलांबरोबर आमचंही मन डोलू लागलं

सगळ्यांनीच आमची बडदास्त इतकी राखली

आम्ही त्यांना पहिल्यांदाच भेटलोय ही भावना जराही नाही वाटली

खरी मजा तर होती लग्नाच्या दुसऱ्या दिवशी

जेव्हा नवरदेवाकडे सगळ्यंचीच पंगत होती खाशी

पुरूषांकडून वाढून घेत पंगतीत बायकांना आरामात दारू पिताना पाहीलं

आणि आमच्यातलं स्त्री-पुरूष समानतेचं बीज कुठेतरी आत दडून राहीलं

आम्हीही मिरवलो तिथे परंपरागत पहाडी पोषाखात

याचंच अप्रूप होतं त्या सगळ्यांच्याच नजरांत

पण त्याचही श्रेय जातं खरंतर गोकुळच्याच घरच्यांना
परक्यांना पटकन आपलंसं करून घायची कलाच आहे त्या सर्वांना
लग्नाच्या ह्या धामधुमीत पण आम्ही काजा केलं
तिथेही गोकुळ च्याच गाडीने आम्हास तारून नेलं
कोणाला पटो अथवा ना पटो
पण मला तरी वाटलं अडचणीच्या वेळी प्रत्यक्ष रूद्रानी आम्हाला दर्शन दिलं
राजू चं ड्रायव्हींग स्कील तिथेच खरं कळलं
त्या वळणावळणांच्या निमुळत्या रस्त्यांवरही त्याचं चित्त जराही नाही ढळलं
फायनली काजात आम्ही सुखरूप पोहोचलो
आणि टुंडूप नावाच्या मित्राकडे वस्तीला गेलो
कोझी हाऊस, घरचं गरम जेवण, दारची सफरचंद नि प्रेमाची संततधार
टुंडूप च्या घरच्या सगळ्यांनाच आमचं अगत्य होतं फार
तिकडच्या हवेतच एक आपलेपणाची आहे ऊब
जी त्या सगळ्या लोकांमध्ये उतरली आहे हूबेहूब
जाताना येताना निसर्गाचं जे काही रूप मला दिसलं
ते पाहून अक्षरश: डोळ्यांचं पारणं फिटलं
एकाच ट्रिपमध्ये अश्या अविस्मरणीय रूपात तो जेव्हा जेव्हा समोर आला
तेव्हा तेव्हा माझ्या मनातला माणूस अजूनच छोटा झाला
सर्वकाही देण्यातच गुंतलेल्या हिमालयासमोर
सतत घेत रहाणारा माणसाचा हात मला अगदीच थोटा वाटला
सतत घेत रहाणारा माणसाचा हात मला अगदीच थोटा वाटला ......

गंमत

तिने अचानक विचारलं, उद्या काय आहे आठवतंय?

त्याक्षणी वाटलं कुणीतरी माझं रक्त गोठवतंय

बायकांचा हा प्रश्न म्हणजे परीक्षा!

आणि पेपर सोडविण्याआधिच कळून चुकतं

की आता अटळ आहे शिक्षा

मनात आयुष्याची पानं उलटू लागलो

तारखा आणि प्रसंग यांचा ताळमेळ जुळवू लागलो

छे! काही केल्या हा हिशोब जमेना

आणि उद्या काय आहे हे नक्की काही आठवेना

बर, तसं म्हणायचीही चोरी

कारण कळंत नव्हतं नक्की कितपत लागेल ते जिव्हारी

तसं नुसतं म्हटलं तरी राग लागला असता धुमसायला, डोळा आलं असतं पाणी

हसू नका तुमच्या आमच्या घरची अगदी सेम आहे कहाणी

म्हणून म्हणणार होतो तिला की काहितरी क्ल्यू तरी दे

पण नजर तिची पाहून वाटलं ... नको, राहू दे!

मग तीच आपणहून म्हणाली

पाहीजे असेल तर थोडा वेळ घे

मी कसनुसं हसून बेफिकीरी दाखवली

म्हटलं, सोड ग बाई मला, आता जाऊ दे

पण हे आपलं मनातलं मनात स्वगत हा ..

पण हे होतं मनातल्या मनातलं स्वगत

कारण बोललो असतो जर

तर माझी नव्हती काही धडगत

वेळ दिल्यावर मग मात्र जास्तच टेंन्शन आलं

मन माझं आठवणींमागे वेड्यासारखं धाऊ लागलं

एवढं करूनही हाती काही सुद्धा नाही आलं

बी पी मात्र कधी लो तर कधी हाय होऊ लागलं

घसा कोरडा पडला, प्राण कंठाशी आला

एवढ्यात तिचा हात माझ्या हातावर पडला

मी दचकून तिच्याकडे पाहीलं

तशी हसून म्हणाली .. काय! आता आठवलं?

मी सपशेल शरणागती स्विकारली

तेव्हा तिच्या डोळ्यात एक वेगळीच चमक आली

कोपरखळी देऊन हसत हसत म्हणाली,

उद्या विशेष असं काहीच नाहीये रे, मी फक्त तुझी थोडी गंमत केली

मी फक्त तुझी थोडी गंमत केली !!

चल ह्या वर्षाची एक नवीन सुरूवात करून घेऊ

मागच्या वर्षीचं सारं मागे ठेऊन देऊ ,
चल ह्या वर्षाची एक नवी सुरूवात करून घेऊ
अर्थात काही गोष्टी विसरू म्हणून विसरत नाहीत
तसा प्रयत्न मात्र फिरून एकदा नक्की करून पाहू
चल ह्या वर्षाची एक नवी सुरूवात करून घेऊ

कधी मी तुला चिडवलं कधी तू मला रडवलं
प्रेमाच्या धाग्यानी तरीही दोघांना घट्ट बांधून ठेवलं
हाच धागा असाच कायम हातात धरून राहू
चल ह्या वर्षाची एक नवी सुरूवात करून घेऊ

कितीही चिडले भांडले तरी तूच सतत ध्यानी
वाटतं की मीही असावं सतत तुझ्याच अंतर्यामी
पुढच्या जन्मीही मला भेटायला फार वेळ मात्र नको लावू
चल ह्या वर्षाची एक नवीन सुरूवात करून घेऊ

एकरूप झाले तुझ्याशी मी तना-मनानीही
पूर्ण होवो तुझ्या इच्छा-आकांक्षा हेच सतत माझ्या मनी
या नववर्षाच्या शुभेच्छांशिवाय आता तुला अजून काय देऊ!!
चल ह्या वर्षाची एक नवीन सुरूवात करून घेऊ
चल ह्या वर्षाची एक नवीन सुरूवात करून घेऊ ..

माणूस

फार फार पूर्वी इथे माणूस रहायचा,
सर्व प्राण्यांनाही म्हणे तो दिसायचा
पोटासाठी प्राण्यांची शिकार जरी तो करायचा,
तरी निसर्गाचे सगळे नियमही तो पाळायचा
डोक्याने तो होता भलताच हुशार,
झटपट स्वतःची प्रगतीही केली त्याने फार
जगातल्या सर्व प्राण्यांवर जसा बसला त्याचा अंमल,
उजाडून टाकले पहिले त्याने त्याचीच वस्ती असलेले जंगल
पण इतक्याने कुठचे मिळतेय त्याला समाधान!
म्हणून धारण केले त्याने आपापसातच वेगवेगळे नामाभिधान
प्राणी तर होतेच त्याच्यापेक्षा खूप खाली,
आता दुसऱ्या माणसालाही खाली ओढण्याची घाई त्याला झाली
त्यासाठी जात-धर्म स्पृश्य-अस्पृश्य ह्याची बीजं त्याने लावली,
त्यानेच दिलेल्या खतपाण्यावर ह्या सर्वांची मुळं खोलवर फोफावली
एकामेकावर कुरघोडी करण्याचीच चढाओढ लागली,
मग प्रत्येकाने आपापली एक वेगळीच वेस आखली
आता पुढे काय! चा प्रश्नच नाही आला,
कारण वेशीआतल्या प्रत्येकापेक्षा तो स्वतःला वरचढ मानू लागला
मग भांडण-तंटा, हेवेदावे, मारामारी हे ओघानीच आलं,
त्यासाठी स्वतःच बनवलेले नियम पायदळी तुडवणंही झालं
आता तरी माणूस थांबेल असं वाटलं,
पण स्वतःच लावलेल्या ह्या बीजांनी त्यालाच पूर्णपणे पोखरून टाकलं

मग त्याने भावनांचा नंगा नाच सुरू केला,
जेव्हा वाटलं तेव्हा वयाचीही तमा न बाळगता कुणावरही रेप केला,
कुणाच्या शरीराचे तुकडे करून खून पाडला,
तर कुणावर बेछूट गोळीबार केला
इतकचं कशाला, अगदी वाटेत कोणी कसला जाब विचारला,
तर तलवार उपसून त्याला तिथेच उभा चिरला,
ह्या पोखरून टाकलेल्या शरीरातून
माणूसकी चा उरलासुरला अंशही मग गळून पडला
पण अजूनही त्याला हे कळलेलंच नाही!!
पण अजूनही त्याला हे कळलेलंच नाही,
की माणसाला माणूस म्हणण्सासारखं त्याच्याकडे काही उरलेलंच नाही
पृथ्वीवरून एक्स्टिंट झालेल्या प्राण्यांचे अवशेष तरी मिळतात काही
पण हा एक्स्टिंट झालेला माणूस, मला मात्र कुठेच दिसत नाही
हा एक्स्टिंट झालेला माणूस, मला मात्र कुठेच दिसत नाही ....

अश्या साऱ्या आत्म्यांचं देव करतो तरी काय?

अश्या साऱ्या आत्म्यांचं देव करतो तरी काय?
फारच थोडे स्वर्गात तर बऱ्याच जणांचे वळतात नरकाकडे पाय
देवालाही वाटत असेल का, इथे ट्रॅफिक जाम झालाय
स्वर्गापेक्षा नरकात, आत्मे येण्याचा रेट बेफाम झालाय
तिथेही पुरत नसेल का जागा आत्म्यांसाठी?
की माणसांसारखीच आत्म्यांचीही असेल तिथे दाटीवाटी
तोही बांधत असेल का त्यांच्यासाठी बिल्डींग्स टोलेजंग?
जागेसाठी आत्म्यांच्या तोही करत असेल का तिथले कायदे भंग?
तिथेही भांडत असतील का आत्मे आपापसात?
कोणी चोरी, कोणी बळजोरी तर कोणी तिथेही करत असतील का घातपात?
सुधारणाऱ्या आत्म्यांचीही संख्या असेल का खूपच कमी?
एकदा सुधारले की परत त्यांची देता येत असेल का हमी?
कसं करत असेल देव हे मॅनेज सगळं
त्याच्याकडे असावं धाडस इथल्या राजकारणींपेक्षा वेगळं
राजकारणी इथले मतांसाठी लाचार
स्वतःची खुर्ची कशी टिकेल फक्त एवढाच विचार
देव असा विचार जराही करत नसेल काय?
फरक पडत नसेल का त्याला, जर कोणी सोडले त्याचे पाय?
प्रश्न परत हाच उरतो,
की अश्या साऱ्या आत्म्यांचं तो मग करतो तरी काय?
त्यांना इथेच परत पाठवून देणे हाच एकमेव उरतो ना उपाय!
त्यांना इथेच परत पाठवून देणे हाच एकमेव उरतो ना उपाय!

वारी

निघाले घेऊनी मीही थोडी भक्ती नि थोडी उत्सुकता पंढरीच्या वाटेवरी
जणू पांडुरायाच मला म्हणे एकदा तरी कर वारी
वारीच्या या वाटेवरती भक्तमंडळी अगणित सारी
पण प्रत्येकाच्या भक्तीची ही आपापली तऱ्हा न्यारी
सारे जमती इथे वेगवेगळ्या मातीतूनी जरी
छोटा-मोठा असा भेद तिथे कुणीही ना धरी
कित्येक लोक नानापरीने भक्तांचीच सेवा करी
ती त्यांची सेवा समर्पित थेट विठूरायाच्या दारी
वारीची ही वाट म्हटली तर सोपी नि म्हटली तर बिकट खरी
कधी वाहती उन्हाच्या झळा तर कधी कोसळणाऱ्या सरी
इच्छा आकांक्षा, विनंती आर्जवांचे गाठेडे घेऊनी उरी
पार करीती ही वाट सगळे भक्तगण आपापल्या परी
आपसूकच झाले मीही स्वार ह्या भक्तीच्या लाटेवरती जरी
मनात गुंता, डोक्यात विचार, प्रश्न पडती मला अनेक तरी
मग विठूमाऊलीच त्या प्रश्नांची हळूवार उकल करी
हात धरूनी, सवे चालूनी घडवे आयुष्याची वारी
हरीपाठ सांगे .. हरीपाठ सांगे "वारी चुको नेदी हरी"
तेव्हा इतकेच मला कळले माझ्यापरी,
जर जगली आपण वारी तर होईल, आयुष्य हीच पंढरी
तर होईल, आयुष्य हीच पंढरी .....

यम

एक दिवस अचानक यम दारात उभा राहीला
ओळखलेच नाही मी पहीले त्याला
राकट मिशा, डोक्यावरचा शिंगवाला मुकूट कुठेच नाही दिसला
यमाच्या उंचीसाठीही तो जरा बुटकाच वाटला
म्हटलं, कोण रे बाबा तू?, काय हवयं तुला?
म्हणाला अग असं काय करतेस! ओळखलं नाहीस का मला?
शाळा, कॅालेज, सगळे गृप आठवण्याचा प्रयत्न केला
पण छे! असा कुठला मित्रही माझ्या लक्षात नाही आला
माझे गोंधळलेले भाव पाहून मृदू हसला नि म्हणाला
नको ताण देऊस इतका डोक्याला मी आहे यम, न्यायला आलोय तूला
दचकले मनात जराशीच, पण वाटलं यम इतका कसा साधा दिसायला?
तोही अगदी स्वतः आला आहे मला न्यायला?
बर, आला असला तरी जमेल का असं डायरेक्ट निघायला?
घरचे दारचे लांबचे जवळचे कुणाला काही नको का सांगायला?
मनात चाललेले विचार ओळखून हात जोडून म्हणाला
पूरे कर आता, शेवटच्या क्षणाला सुद्धा इतके विचार कशाला!
मग मीही हसून म्हटलं, अरे तुला काय जातयं असं म्हणायला
इथे चार तास कुठे जायचं म्हटलं तरी घरचं लागतयं आधी आवरायला
माझं बोलणं ऐकून मोठ्याने हसला
तेव्हा कुठे मला तो जरासा यम असल्यासारखा भासला
म्हणाला आधीच मला जरासा उशीर झालाय इथे यायला

आता वेळ नाही हा तुझ्याशी गप्पा मारायला
तरी नेटाने मी त्याला पुढचा प्रश्न विचारला
अरे, कोण सुखासुखी तयार होईल तुझ्याबरोबर यायला?
तशी एकटक बघत क्षणभर थांबला अन् म्हणाला
खरंच जे कंटाळले आहेत जगण्याच्या त्रासाला
तेसुध्दा हसत हसत सामोरे येत नाहीत मला
म्हटलं, अरे इथे आल्याआला आम्ही शिकतो ते नाती जोडायला
मग कोणाला आवडेल ही सगळी नाती अशी इथे सोडून जायला?
तशी परत मोठ्याने हसला.. परत मोठ्याने हसला नि म्हणाला,
हेच तर अजूनही कळलेलं नाही तुमच्यापैकी कोणाला
हा एकच जन्म पुरत नाही ग या नात्यांचे पाश सोडवायला
आणि तिथेही तुमचे नातेवाईक असतातच की उत्सुक तुम्हाला भेटायला
पण कुणीही तयारच होत नाहीत एक वेगळं जग अनुभवायला
तरी मी कुठची लगेच तयार, त्याला बधायला
जित्याची प्रश्न विचायची खोड माझी तयार नव्हती मरणासवेही अशीच जायला
म्हटलं बरं, मी तयार आहे तुझ्याबरोबर यायला नि सारं बघायला
पण नंतर एकदाच परत इथे घेऊन ये मला, बघितलेलं सर्वांना सांगायला
मग बघ सगळेच कसे खुश असतील मरणालाही आपलं म्हणायला
लोकांच्या लांबलचक रांगा लागतील तुझ्याकडेच वशिला लावायला
ऐकून माझं म्हणणं अचानक गायबच झाला
अन् त्याच वेळी नेमका माझा पहाटेचा गजर वाजला ..
अन् त्याच वेळी नेमका माझा पहाटेचा गजर वाजला .....

आशावाद

काय म्हणता? .. कवितेत लिहीतेस तसं वागतेस का?
कवितेतल्या ओळींसारखं खरंच जगतेस का?
खरं सांगू, तर नाही अजून जमत तसं जगायला,
जसं कवितेत लिहीते तसं वागायला
विचार तर खूप आहेत वाहिलेले,
पण बहुतेक करून पानांवरच राहीलेले
असं का होतं ते मात्र कळत नाही,
अन् गत अशी होते की कळतं पण वळत नाही
पण तरी मी लिहीते .. पण तरीही मी लिहिते,
कारण त्या लिहीण्यातूनच मी माझ्या स्वत: ला पाहाते
तर, कधीतरी नक्की जमेल मला लिहील्यासारखं वागायला
आणि हाच आशावाद मला बळ देतो आनंदानी जगायला ..
हाच आशावाद मला बळ देतो आनंदानी जगायला ....